READWELL'S

LEARN
IN A

Easy Method of Learning Tamil
Through English Without a Teacher

Anandam Krishnamurthi
Tamil Lecturer (Retd.)
DTEA, New Delhi

Readwell Publications
NEW DELHI-110008

Published by :
READWELL PUBLICATIONS
B-8, Rattan Jyoti, 18, Rajendra Place
New Delhi - 110 0 8 (INDIA)
Phone: 25737448, 25712649, 25721761
Fax: 91-11-25812385
E-mail: readwell@sify.com
            newlight@vsnl.net

© All Rights including subject-matter, style are reserved
with the Publisher.

ISBN 81-87782-04-8

Lasertypeset at: Capital Creations, Munirka, New Delhi

Printed at : Arya Offset Press, New Delhi.

Preface

Knowledge of an additional Indian language reinforces the National spirit and smoothens the path of integration. Knowing the language is knowing the people. The study of a language other than one's mother tongue helps plant the seed of love and concern for one another. People belonging to different language groups are enabled to come closer with differences narrowed down and general outlook broadened. Hence the key to open the door of India's glorious cultural affinity and to dissolve all the water-tight compartments for greater understanding and appreciation of one another's feelings and emotions is language learning.

Tamil is an ancient language either coeval with Sanskrit or earlier than that. It belongs to the agglutinative group of languages. It was remarkably a well developed language with a fine literature, even before the second century B.C. To this day it retains its ancient charm, fascinates the learners and enjoys prominence as an international language. However, our aim is not to look into the antiquity of the language but to cement a gap between you and the Tamils through this language course.

The present work is not just one more addition to the existing stock of language series but an experiment of self-learning process from a new angle. Keeping in view the difficulties that the beginners may face in learning a phonetic language through an unphonetic language, special care has been taken to expose the accurate pronunciation of today's Tamil. Our earnest desire to equip the learner with as much information as possible has made this work slightly exhaustive. The lessons have been so designed as to enable the learner to acquire a thorough working knowledge of Tamil. But to the puritan, all things are impure. In spite of this witticism, we hope our endeavour will bear fruit if the learner derives utmost satisfaction out of this simple but educative work. "How humble the tool when praised for what the hand has done!"

Let us remind you the fact that one cannot learn swimming without actually getting into the water. Learning a language also requires inclination and attempt. Promising results can be achieved by serious learners if they just devote a few minutes a day to this effort.

The Tamil language is a Treasure Island. We invite you to benefit profitably by an expedition to it. This book is the sail. Come on, be on the move, you are sure to reach the destination.

New Delhi   **Anandam Krishnamurthi**

Contents

(v)

Vowels

அ	ஆ	இ	ஈ
A-At	**AA**-Awe	**I**-In	**EE**-Eat
உ	ஊ	எ	ஏ
U-Put	**OO**-Cool	**E**=End	**AE**-Ate
ஐ	ஒ	ஓ	ஔ
AI, Y-My	**O**-One	**OH**-Oval	**OW**-Mouse, Owl

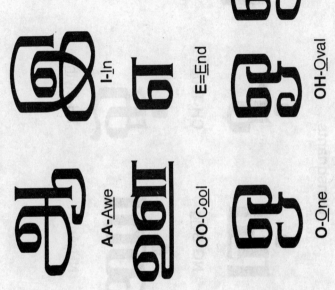

Consonants

க்	ங்	ச்	ஞ்
K-Cock	**NG**-Sing	**CH**-Touch	**NJ**-Change
ட்	ண்	த்	ந்
T-Sit	**NH**-Aunt	**TH**-Myth	**N**-Pin

ப்	ம்	ய்	ர்
P-Pup	M-Gum	Y-Sigh	R-Sir
ல்	வ்	ழ்	ள்
L-Cool	V-Love	ZH-Thamizh	LH
ற்	ன்		
TR-Pastry	N-Nun		

Some Vowel-Consonants

நா	னா	நு	நூ	னு	னூ
Naa	Naa	Nu	Noo	Nu	Noo
கு	கூ	சு	சூ	து	தூ
Ku	Koo	Su	Soo	Thu	Thoo
மு	மூ	ழு	ழூ	டி	டீ
Mu	Moo	Zhu	Zhoo	Ti	Tee
டு	டூ	பு	பூ	யு	யூ
Tu	Too	Pu	Poo	Yu	Yoo

வு	வூ	றா
Vu	Voo	Rhaa

லை	ளை	னை	ணை
Lai	Lhai	Nai	Nhai

1. Alphabet

(i) Uyir Ezhuthukal - உயிரெழுத்துகள் (Vowels)

	Tamil	*English*	*English Sound*	
1.	அ	'A'	as in	**A**lgebra
2.	ஆ	'AA'	as in	F**a**ther
3.	இ	'I'	as in	F**i**nger
4.	ஈ	'EE'	as in	Fl**ee**t
5.	உ	'U'	as in	P**u**t
6.	ஊ	'OO'	as in	C**oo**l
7.	எ	'E'	as in	N**e**ver
8.	ஏ	'AE'	as in	M**a**le
9.	ஐ	'Y' (AI)	as in	Tr**y** or M**y**
10.	ஒ	'O'	as in	**O**ne or W**o**rk
11.	ஓ	'Oh'	as in	M**o**re
12.	ஔ	'OW'	as in	C**ow**

From the above you may please note that vowels are of two kinds in regard to their sounds—short and long.
Short Sounding vowels: அ, இ, உ, எ, ஒ = 5
Long Sounding vowels: ஆ, ஈ, ஊ, ஏ, ஐ, ஓ, ஔ = 7

Totally there are 12 vowels in Tamil.

There is one more listed along with the vowels. That letter is known as 'ஆய்தம்'. Its shape is three dots arranged in a triangular form like this : ஃ. It will always appear in the middle of a word and produce the sound 'Ahh' (அஹ்) as in the word எஃகு – 'Ehhu' – meaning steel.

Vowels used in words

அ	–	அம்மா	அப்பா
'A'	–	**Ammaa**	**Appaa**
		Mother	Father
ஆ	–	ஆடு	ஆடை
'AA'	–	**Aa**du	**Aa**dai
		Goat	Dress
இ	–	இலை	இருபது
'I'	–	Ilai	Irupadhu
		Leaf	Twenty
ஈ	–	ஈட்டி	ஈ
'EE'	–	**Ee**tti	**Ee**
		Spear	Fly
உ	–	உடல்	உடை
'U'	–	**U**dal	**U**dai
		Body	Clothe

2

ஊ	–	ஊதல்	ஊசி
‘OO’	–	**Oo**dhal	**Oo**si
		Whistle	Needle
எ	–	எலி	எறும்பு
‘E’	–	**E**li	**E**rumbu
		Rat	Ant
ஏ	–	ஏடு	ஏணி
‘AE’	–	**Ae**du	**Ae**nhi
		Book	Ladder
ஐ	–	ஐந்து	ஐவர்
‘Ai’	–	**Ai**ndhu	**Ai**var
		Five	Five persons
ஒ	–	ஒட்டகம்	ஒன்று
‘O’	–	**O**ttagam	**O**ndru
		Camel	One
ஓ	–	ஓடம்	ஓட்டம்
‘OH’	–	**Oh**dam	**Oh**ttam
		Boat	Run
ஔ	–	ஔவையார்	
‘OU’	–	**Ou**vaiyaar	
		(Name of an ancient Tamil poetess)	

Fill in the blanks with vowels

உயிரெழுத்துகளைக் கோடிட்ட இடத்தில் நிரப்புக

(For self-check only)

1.	......ம்மா	Mother
2.	......ப்பா	Father
3.	......டு	Goat
4.	......டை	Dress
5.	......டம்	Boat
6.	......ட்டம்	Run (noun)
7.	......ந்து	Five
8.	......வையார்	Name of poetess
9.	......வர்	Five persons
10.	......லி	Rat or Mouse
11.	......றும்பு	Ant
12.	......ன்று	One
13.	......ட்டகம்	Camel
14.	......டு	Run (verb)
15.	......ணி	Ladder
16.	......தல்	Whistle
17.	......சி	Needle
18.	......டல்	Dance
19.	......டை	Stream
20.	......லை	Palm leaf
21.	......ருபது	Twenty
22.	......ட்டி	Spear

Identify the vowels

உயிரெழுத்துகளைக் கண்டறிக

(For self-check only)

1.	ஓநாய்	Wolf
2.	ஓலை	Palm leaf
3.	ஏழு	Seven
4.	ஏவல்	Ordering
5.	ஒலி	Sound
6.	ஒளி	Light
7.	ஏழை	Poor
8.	ஏரி	Lake
9.	எண்ணெய்	Oil
10.	எட்டு	Eight
11.	அட்டை	Card
12.	அழகு	Beauty
13.	ஊசி	Needle
14.	ஊறுகாய்	Pickle
15.	உடல்	Body
16.	உண்மை	Truth
17.	இன்று	Today
18.	இமை	Eyelid
19.	ஓட்டை	Hole
20.	அச்சம்	Fear
21.	ஆடு	Goat
22.	ஆண்டு	Year
23.	ஈட்டி	Spear
24.	ஈகை	Giving
25.	ஆண்மை	Manliness
26.	ஐயம்	Doubt
27.	எண்	Number
28.	ஔடதம்	Medicine
29.	ஏழை	Poor
30.	ஏற்றுமதி	Export
31.	ஒருத்தி	One woman
32.	ஒற்றன்	Spy
33.	எலுமிச்சை	Lime fruit
34.	உப்பு	Salt
35.	ஓடு	Tile
36.	ஓட்டம்	Run
37.	ஓடம்	Boat
38.	அடிக்கடி	Often
39.	ஒற்றுமை	Unity
40.	அணை	Dam
41	ஈ	Domestic Fly
42.	உறங்கு	Sleep
43.	உலகம்	World
44.	ஆடை	Dress
45.	ஆசை	Desire
46.	ஊற்று	Fountain
47.	ஊன்றுகோல்	Hand stick
48.	இறகு	Feather
49.	இழை	Thread
50.	ஆறு	River

(ii) Mei Ezhuthukal - மெய்யெழுத்துகள் (Consonants)

	Tamil	English	English Sound	
1.	க்	'K'	as in	Mark
2.	ங்	'NG'	as in	Doing
3.	ச்	'CH'	as in	Torch
4.	ஞ்	'NG'	as in	Change
5.	ட்	'T'	as in	Not
6.	ண்	'NH'	as in	Aunt (Strong 'N')
7.	த்	'TH'	as in	Truth
8.	ந்	'N'	as in	In
9.	ப்	'P'	as in	Cup
10.	ம்	'M'	as in	Gum
11.	ய்	'Y' or 'IGH'	as in	Buy or Nigh
12.	ர்	'R'	as in	Tour
13.	ல்	'L'	as in	Nil
14.	வ்	'V' or 'W'	as in	Valve
15.	ழ்	'ZH' or 'SIO'	as in	Thamizh or Vision

16.	ள்	'LH'	as in	Pull (Strong 'L')
17.	ற்	'RR' or 'TR' or 'DR'	as in	Curry or Sundry
18.	ன்	'N'	as in	Tin

There are 18 consonants in Tamil. Out of them some are hard, some are soft and some are medium in regard to their sounds.

Hard Sounding :   க், ச், ட், த், ப், ற்

Soft Sounding :   ங், ஞ், ண், ந், ம், ன்

Medium Sounding: ய், ர், ல், வ், ழ், ள்

The Tirukkural

"With Sure Strokes the *Kural* draws the ideal of simple ethical humanity on the most varied questions concerning the conduct of man to himself and to the world its utterances are characterised by nobility and good senses. There hardly exists in the literature of the world a collection of maxims in which we find so much lofty wisdom."

—*Albert Schweitzer*

(iii) Subletters or Symbols - மாத்திரைகள்

The following Subletters or Symbols produce vowel sounds when added to the vowel consonants:

	Symbol	*Vowel Sound*	*Vowel Consonant*		*Example Symbol Added*	*Sound*
1.	ா	'AA'	க	'KA'	கா	'KAA'
2.	ி	'I'	க	'KA'	கி	'KI'
3.	ீ	'EE'	க	'KA'	கீ	'KEE'
4.	கு	'U'	க	'KA'	கு	'KU'
5.	கூ	'OO'	க	'KA'	கூ	'KOO'
6.	சூ	'OO'	ச	'CHA'	சூ	'CHOO'
7.	ெ	'E'	க	'KA'	கெ	'KE'
8.	ே	'AE'	க	'KAE'	கே	'KAY'
9.	ை	'AI'	க	'KA'	கை	'KAI'
10.	ெ ா	'O'	க	'KA'	கொ	'KO'
11.	ே ா	'OH'	க	'KA'	கோ	'KOH'
12.	ெ ள	'OW'	க	'KA'	கௌ	'KOW'

(iv) Vowel-Consonants
உயிர்மெய்யெழுத்துகள்
(Consonants Added with Vowels)

Tamil	English		English Sound
க	'KA' or 'CA'	as in	**Ka**ngaroo or **Ca**jole
கா	'KAA' or 'CAA'	as in	**Kaa**ma or **Cau**se
கி	'KI'	as in	**Ki**ss
கீ	'KEE'	as in	**Kee**n
கு	'KU' or 'CU'	as in	**Cu**shion
கூ	'KOO'	as in	**Coo**l
கெ	'KE'	as in	**Ke**ttle
கே	'KAE'	as in	**Ca**pe
கை	'KAI'	as in	**Ki**nd
கொ	'KO'	as in	**Co**caine
கோ	'KOH'	as in	**Coa**t
கௌ	'KOW'	as in	**Cow**
ச	'CHA' or 'SA'	as in	**Cha**ras or **Sa**rkar
சா	'CHAA' or 'SAA'	as in	**Cha**rt or **Sa**lt
சி	'CHI' or 'SI'	as in	**Chi**ck or **Si**ck
சீ	'CHEE' or 'SEE'	as in	**Chee**k or **See**
சு	'CHU' or 'SU'	as in	**Chu**kchi or **Su**gar

9

சூ	'CHOO' or 'SOO'	as in	**Choo**se or **Soo**th
செ	'CHE' or 'SE'	as in	**Che**ck or **Se**ll
சே	'CHAY' or 'SAY'	as in	**Cha**ste or **Sa**le
சை	'CHAI' or 'SAI'	as in	**Chi**de or **Si**de
சொ	'CHO' or 'SO'	as in	**So**lution
சோ	'CHOH' or 'SOH'	as in	**Cho**ke or **Soa**k
சௌ	'CHOW' or 'SOW'	as in	**Chou**ltry or **Sou**nd
ட	'TA'	as in	**To**n
டா	'TAA'	as in	**Tau**ght
டி	'TI'	as in	**Ti**cket
டீ	'TEE'	as in	**Tee**th
டு	'TU'	as in	**Tu**torial
டூ	'TOO'	as in	**Too**l
டெ	'TE'	as in	**Te**nt
டே	'TAE'	as in	**Ta**me
டை	'TAI'	as in	**Tie**
டொ	'TO'	as in	**To**pas
டோ	'TOH'	as in	**To**tal
டௌ	'TOW'	as in	**Tow**n
த	'THA'	as in	**Tha**t
தா	'THAA'	as in	**Thou**ght
தி	'THI'	as in	**Thi**ck
தீ	'THEE'	as in	**The**me
து	'THU'	as in	**Thu**nga

10

தூ	'THOO'	as in	En**thu**se
தெ	'THE'	as in	**The**rapy
தே	'THAE'	as in	**The**re
தை	'THAI'	as in	**Thy**roid
தொ	'THO'	as in	**Tho**rax
தோ	'THOH'	as in	**Tho**rium
தௌ	'THOW'	as in	**Thou**
ந	'NA'	as in	**Nu**ll
நா	'NAA'	as in	**Nau**ght
நி	'NI'	as in	**Ni**l
நீ	'NEE'	as in	**Nea**t
நு	'NU'	as in	Insi**nu**ation
நூ	'NOO'	as in	**Noo**dle or **Nu**de
நெ	'NE'	as in	**Ne**lson
நே	'NAE'	as in	**Na**me
நை	'NAI'	as in	**Ni**ght
நொ	'NO'	as in	**No**madic
நோ	'NOH'	as in	**No**te
நௌ	'NOW'	as in	**Now**
ப	'PA'	as in	**Pa**ndit
பா	'PAA'	as in	**Pau**city
பி	'PI'	as in	**Pi**ck
பீ	'PEE'	as in	**Pea**k
பு	'PU'	as in	**Pu**sh

11

பூ	'POO'	as in	**Pool**
பெ	'PE'	as in	**Pen**
பே	'PAE'	as in	**Pay**
பை	'PAI'	as in	**Py**thon
பொ	'PO'	as in	**Po**llute
போ	'POH'	as in	**Po**le
பௌ	'POW'	as in	**Pow**der
ம	'MA'	as in	**Mu**st or **Mo**nkey
மா	'MAA'	as in	**Ma**ster
மி	'MI'	as in	**Mi**ster
மீ	'MEE'	as in	**Mee**t
மு	'MU'	as in	**Mu**nicipal
மூ	'MOO'	as in	**Moo**t
மெ	'ME'	as in	**Me**t
மே	'MAE'	as in	**Ma**te
மை	'MAI'	as in	**Mi**te
மொ	'MO'	as in	**Mo**bile
மோ	'MOH'	as in	**Mo**tto
மௌ	'MOW'	as in	**Mou**th
வ	'VA'	as in	**O**val
வா	'VAA'	as in	**Wa**ter
வி	'VI'	as in	**Wi**ll
வீ	'VEE'	as in	**Ve**to
வு	'VU'	as in	**Woo**l

12

ஓூ	'VOO'	as in	**Woo**
வெ	'VE'	as in	**Wet** or **Velvet**
வே	'VAE'	as in	**Whale**
வை	'VAI'	as in	**Wise** or **Vice**
வொ	'VO'	as in	**Worst**
வோ	'VOH'	as in	**Word**
வௌ	'VOW'	as in	**Vow**
ர	'RA'	as in	**Moral**
ரா	'RAA'	as in	**Rocket**
ரி	'RI'	as in	**Ring**
ரீ	'REE'	as in	**Read**
ரு	'RU'	as in	**Rudiment**
ரூ	'ROO'	as in	**Root** or **Room**
ரெ	'RE'	as in	**Red**
ரே	'RAE'	as in	**Ray**
ரை	'RAI'	as in	**Ripe**
ரொ	'RO'	as in	**Romance**
ரோ	'ROH'	as in	**Rome**
ரௌ	'ROW'	as in	**Round** or **Rowlet**

As given above, all the consonants when added with the 12 vowels produce 216 (18 X 12) vowel-consonants. Consult the table given below.

உயிர் 12	அ	ஆ	இ	ஈ	உ	ஊ
மெய் 18						
க் +	க	கா	கி	கீ	கு	கூ
ங் +	ங	ஙா	ஙி	ஙீ	ஙு	ஙூ
ச் +	ச	சா	சி	சீ	சு	சூ
ஞ் +	ஞ	ஞா	ஞி	ஞீ	ஞு	ஞூ
ட் +	ட	டா	டி	டீ	டு	டூ
ண் +	ண	ணா	ணி	ணீ	ணு	ணூ
த் +	த	தா	தி	தீ	து	தூ
ந் +	ந	நா	நி	நீ	நு	நூ
ப் +	ப	பா	பி	பீ	பு	பூ
ம் +	ம	மா	மி	மீ	மு	மூ
ய் +	ய	யா	யி	யீ	யு	யூ
ர் +	ர	ரா	ரி	ரீ	ரு	ரூ
ல் +	ல	லா	லி	லீ	லு	லூ
வ் +	வ	வா	வி	வீ	வு	வூ
ழ் +	ழ	ழா	ழி	ழீ	ழு	ழூ
ள் +	ள	ளா	ளி	ளீ	ளு	ளூ
ற் +	ற	றா	றி	றீ	று	றூ
ன் +	ன	னா	னி	னீ	னு	னூ

14

எ	ஏ	ஐ	ஒ	ஓ	ஔ
கெ	கே	கை	கொ	கோ	கௌ
ஙெ	ஙே	ஙை	ஙொ	ஙோ	ஙௌ
செ	சே	சை	சொ	சோ	சௌ
ஞெ	ஞே	ஞை	ஞொ	ஞோ	ஞௌ
டெ	டே	டை	டொ	டோ	டௌ
ணெ	ணே	ணை	ணொ	ணோ	ணௌ
தெ	தே	தை	தொ	தோ	தௌ
நெ	நே	நை	நொ	நோ	நௌ
பெ	பே	பை	பொ	போ	பௌ
மெ	மே	மை	மொ	மோ	மௌ
யெ	யே	யை	யொ	யோ	யௌ
ரெ	ரே	ரை	ரொ	ரோ	ரௌ
லெ	லே	லை	லொ	லோ	லௌ
வெ	வே	வை	வொ	வோ	வௌ
ழெ	ழே	ழை	ழொ	ழோ	ழௌ
ளெ	ளே	ளை	ளொ	ளோ	ளௌ
றெ	றே	றை	றொ	றோ	றௌ
னெ	னே	னை	னொ	னோ	னௌ

Consonants used in words

1.   க்   பாக்கு   — பக்கம்
               Paakku   Pakkam
               Arecanut   Page

2.   ங்   குரங்கு   — சிங்கம்
               Kurangu   Singam
               Monkey   Lion

3.   ச்   தச்சன்   — ஈச்ச மரம்
               Thachan   Eechcha maram
               Carpenter   Date palm

4.   ஞ்   இஞ்சி   — ஊஞ்சல்
               Inji   Oonjal
               Ginger   Swing

5.   ட்   பட்டம்   — தோட்டம்
               Pattam   Thohttam
               Kite   Garden

6.   ண்   கண்   — வண்டி
               Kanh   Vanhdi
               Eye   Cart

7.   த்   கத்தி   — புத்தகம்
               Kaththi   Puththakam
               Knife   Book

8.	ந்	பந்து	—	மருந்து
		Pandhu		Marundhu
		Ball		Medicine
9.	ப்	அப்பா	—	கப்பல்
		Appaa		Kappal
		Father		Ship
10.	ம்	மரம்	—	நகம்
		Maram		Naham
		Tree		Nail
11.	ய்	பாய்	—	நெய்
		Paai		Nei
		Mat		Ghee
12.	ர்	சுவர்	—	ஏர்
		Suvar		Aer
		Wall		Plough
13.	ல்	பல்	—	வால்
		Pal		Vaal
		Tooth		Tail
14.	வ்	அவ்வீடு	—	வவ்வால்
		Avveedu		Vowvaal
		That house		Bat
15.	ழ்	வாழ்	—	பாழ்
		Vaazh		Paazh
		To Live		Waste

17

16.	ள்	தேள்	—	நாள்
		The**lh**		Naa**lh**
		Scorpion		Day
17.	ற்	ஏற்றம்	—	காற்று
		Ae**tr**am		Kaa**tr**u
		Ascent		Wind
18.	ன்	ஜன்னல்	—	மீன்
		Ja**nn**al		Mee**n**
		Window		Fish

Note: There is a separate letter with three dots arranged in a triangular fashion as ஃ. This is known as 'Aaidham' and pronounded as 'ahh'.

Usage: எஃகு— Ehhu—Steel

It can be used with the letter 'ப' to produce the sound of 'F' or 'Ph' as in:

ஃபன் — Fun, ஃபிலாஸஃபி — Philosophy, etc.

18

Identify the Vowels

மெய்யெழுத்துகளைக் கண்டறிக

(For self-check only)

1.	கொக்கு	2.	சட்டம்
3.	கட்டம்	4.	ஈச்சமரம்
5.	கப்பல்	6.	கால்
7.	மீன்	8.	பாப்பா
9.	கண்ணன்	10.	கடல்
11.	வயல்	12.	பம்பரம்
13.	பணம்	14.	வண்டி
15.	பழம்	16.	அறம்
17.	அன்னம்	18.	தந்தை
19.	தங்கை	20.	மஞ்சள்
21.	சக்கரம்	22.	கீற்று
23.	நில்	24.	புல்
25.	தயிர்	26.	மோர்
27.	தச்சர்	28.	தாத்தா
29.	அவ்வாறு	30.	காய்
31.	நாய்	32.	அது போழ்து
33.	தமிழ்	34.	உள்ளம்
35.	பள்ளம்	36.	விலங்கு
37.	ஆராய்ச்சி	38.	நெல்மணிகள்
39.	வீற்றிருத்தல்	40.	அருஞ்சொற்பொருள்
41.	ஏற்றம்	42.	மாற்றம்

43. வாழ்த்து	44. ஆற்றல்
45. உயிர்	46. அன்னம்
47. கிண்ணம்	48. சான்றோர்
49. இன்னல்	50. பண்பாடு

Fill in the blanks with Consonants
மெய்யெழுத்துகளைக் கோடிட்ட இடத்தில் நிரப்புக
(For self-check only)

1. த........தை	2. ச........கர........
3. நி........	4. த........ச........
5. வய........	6. பா........பா
7. தமி........	8. வில........கு
9. ஏ........ற........	10. நா........
11. க........ண........	12. க........டம்
13. அ........ன........	14. ச........கர........
15. தயி........	16. மோ........
17. ப........ளம்	18. கட........
19. பாட........	20. ம........ச........
21. க........ப........	22. கொ........கு
23. பா........கு	24. கா........
25. ஊ........சல்	26. வ........டி
27. நக........	28. ப........து
29. ச........ன........	30. அ........பா

20

(v) Pronunciation – உச்சரிப்பு

We will now give the consonants as they fall in groups in regard to their sounds:

Guttural	:	‘க்’ ‘K’
Palatal	:	‘ச்’ ‘Ch’
Cerebrals	:	‘ட்’ ‘ள்’ ‘ழ்’ ‘T’ ‘Lh’ ‘Zh’
Dental	:	‘த்’ ‘Th’
Labials	:	‘ப்’ ‘ம்’ ‘P’ ‘M’
Semi vowel	:	‘ய்’ ‘ர்’ ‘ல்’ ‘வ்’ ‘ற்’ ‘Y’ ‘R’ ‘L’ ‘V’ ‘Rh’
Sibilants	:	‘ஷ் ‘ஸ்’ ‘Sh’ ‘S’
Aspirant	:	‘ஹ்’ ‘H’

Distinction between ‘ர்’ and ‘ற்’

‘ர்’ (‘R’) is mild and ‘ற்’ (‘RH’) is hard in sound as in மார்பு (Maarbu - Chest) and காற்று (Kaatru - Air) respectively.

Distinction between ‘ல்' (L) and ‘ள்' (Lh)

‘ல்’ is mild and ‘ள்’ is hard. Actually there is no such sound as ‘ள்’ in English. This letter ‘ள்’ is to be pronounced ·ith the tongue folded fully.

'ழ்' is peculiar to Tamil. There is no such sound in English. But this letter can be pronounced as 'R' is pronounced in the word 'ear' in the American style. It is somewhat similar to the sound produced in the combination Z and H as 'Thamizh'. It is said that similar sound is found in Russian.

As seperate letters are not available in Tamil for 'J', 'S', 'H', 'Sh', the following letters are in usage:-

'ஜ்' – J, 'ஸ்' – S, 'ஹ்' – H, 'ஷ்'– Sh.

Some Examples:

பூஜ்யம்	—	Poojyam—Zero
நமஸ்காரம்	—	Namaskaaram—Salutation
ஹரிஹரன்	—	**Hariharan**
ஸரஸ்வதி	—	**Sarasvati**
நஷ்டம்	—	Nashtam—Loss
ராஜா	—	Raajaa—King
விஷம்	—	Visham—Poison
வருஷம்	—	Varusham—Year

22

2. Orthography

You might have by now observed that the Tamil Alphabet consists of the following letters:

1. உயிர் எழுத்து (Uyir Ezhuthu) Vowels: 12
2. மெய்யெழுத்து (Mei Ezhuthu) Consonants: 18
3. உயிர்மெய்யெழுத்து (Uyir Mei Ezhuthu) Vowel Consonants   216
4. ஆய்த எழுத்து Aaidha Ezhuthu: ஃ letter   1

    Total   **247**

Among the 12 vowels, அ, இ, உ, எ and ஒ are short sounding. The rest seven ஆ, ஈ, ஊ, ஏ, ஐ, ஓ and ஔ are long sounding. In Tamil they are known as 'Kuril' (short vowels) and 'Nedil' (long vowels) respectively. The same applies to vowel consonants also. For instance 'க' (Ka) is *Kuril* and 'கா' (Kaa) is *Nedil*.

The vowels அ, இ and உ act as Demonstrative letters also. These letters are called 'Chuttezhuthu' in Tamil. Of the three, only அ and இ are much in use. அ denotes 'that' and இ denotes 'this'. For example அப்பக்கம்—*Appakkam* means 'that side'. இப்பக்கம்— *Ippakkam* means 'this side'.

The letters which are helpful in framing interrogations are known as 'Vinaa Ezhuthu' in Tamil. They are எ, ஏ, ஆ, ஓ and யா. It is quite easy to form a question with these interrogative letters. For instance, வருவான்— *Varuvaan* means 'he will come'. If you add the letter 'ஆ' to வருவான், it becomes வருவான் + ஆ = வருவானா? *Varuvaanaa?* meaning 'will he come?'. The same way, கேட்பாய்— *Ketpaai*—'you will hear'; கேட்பாய் + ஆ = கேட்பாயா ?— *Ketpaayaa?* 'Will you hear?'

கொடுத்தேன் + ஓ =	கொடுத்தேனோ ?
Koduththaen—Oh	Koduthathaeno?
I gave	Did I give?

Comparitively, it is easier to frame a question in Tamil by just adding the interrogative letters as prefix or suffix to the words, suitably. For example, in the interrogation எவன் ?— *Evan?* meaning 'who', the interrogative letter 'எ' is used as prefix. In the word ஏது ?— *Aedhu?* the letter 'ஏ' is prefix. (See lesson No. 9)

While pronouncing the Consonants க், ங் etc. you will find that some of them are hard sounding, some are soft sounding and some medial. All the 18 consonants can be included in these three categories. க், ச், ட், த், ப், ற் are hard consonants. ங், ஞ், ண், ந், ம், ன் are soft consonants. ய், ர், ல், வ், ழ், ள் are medial consonants. In Tamil they are identified as வல்லினம் *Vallinam*, மெல்லினம் *Mellinam*, and இடையினம் *Idaiyinam*.

24

As a rule, certain letters in Tamil cannot be used as initial letters in word formation. All the 12 vowels can be used as initials, i.e. the first letter of a word. Among the vowel consonants, only க, ச, ஞ, த, ந, ப, ய and வ can be written as the first letter of a word. Tamil words will not start with letters ங, ட, ண, ர, ல, ழ, ள, ற and ன. However, in the case of borrowed words from other languages, the letters ட, ர and ல can be used as initial letters. Even here, it is customary to use a vowel as prefix to such a borrowed word. For Instance, the word ராமன் – *Raaman* starts with the letter 'ரா'. In Tamil it is written as இராமன் with the prefix இ (vowel). Any way, these days this particular rule is not strictly observed. Therefore, one can start the words with the letters ட, ர and ல. The English word 'Tyre' can be written as டயர். The word 'Delhi' need not be written as இடில்லி. Denmark can be written as டென்மார்க் and 'Duncan' as டங்கன். Sometimes it so happens that the meaning is entirely changed if we add a vowel as a prefix to these words. To avoid confusion, the foreign words can be written as they are pronounced in the language of their origin. For instance, 'Rubber' has to be written as ரப்பர் only. If we write it as இரப்பர் the meaning becomes different and the word denotes 'people who beg'.

Among the 'ய' group of letters 'ய' to 'யௌ', யி, யீ, யெ, யே, யை and யொ will not appear in the first place of a word. ய, யா, யு யூ, யோ, and யௌ can be initial letters as in யமன். யானை, யுகம். யோகம், யௌவனம்

25

etc. In the 'வ' group of letters வு, வூ, வொ, வோ do not act as initial letters.

In any case, the letters ழ, ள, ற and ன cannot be used as initial letters in word formation.

Similarly, when you start pronouncing the Tamil words, you will notice that certain letters do not retain their original sound when used in words. The hard vowel consonants க, ச, ட, த and ப retain their original volume only when they are used as initial letters in words. They eventually lose their strength and get reduced in volume while appearing in the middle or at end of the word. That is the why same letter க (Ka) becomes *Ga* and *Ha* depending upon the letter it accompanies in a word. Note the pronunciation of 'ka' in the following words.

காய்—Kaai; மாங்காய்—Maangaai; குரங்கு—Kurangu; கழகம்—Kazhaham; வைகை—Vaihai, ஆகுபெயர்—Aahupeyar. Generally, all the hard vowel consonants lose their original sound when they accompany their corresponding soft consonants. 'ங' is the corresponding soft vowel consonant for 'க', 'ஞ்' is for 'ச', 'ண்' is for 'ட', 'ந்' is for 'த', and 'ம்' is for 'ப'. 'Cha' beomes 'Ja' when it accompanies 'ஞ்'. 'Ta' transforms into 'Da' when it accompanies 'ண்'.

'Tha' acquires the pronunciation of 'Dha' when it follows ந். Similar is the case with 'Pa' as it becomes 'Ba' when it comes next to 'ம்'. The following words will bring home this point.

மஞ்சள்	Manjal	Turmeric
கஞ்சன்	Kanjan	Miser
வேண்டும்	Vaendum	I need or require (positive)
வேண்டாம்	Vaendaam	I don't require (negative)
மண்டபம்	Mandapam	Hall
நண்டு	Nanndu	Crab
அங்கு	Angu	There
இங்கு	Ingu	Here
தங்கை	Thangai	Sister (younger)
தம்பி	Thambi	Brother (younger)
பாம்பு	Paambu	Snake
கம்பம்	Kambam	Pole
தந்தை	Thandhai	Father
பந்து	Pandhu	Ball
சொந்தம்	Sondham	Relation
வந்தான்	Vandhaan	(He) came
எந்த வீடு?	Endha Veedu?	Which House?
நின்றான்	Nindraam	(He) stood
மன்றம்	Mandram	Council

There are some letters which do not appear in the middle of the word. No consonant can be written by the side of hard consonants ட் and ற். முயற்சி cannot be written as முயற்ச்சி. நட்பு should not be written as நட்ப்பு. The hard consonant ற் will never appear at the end of a word. சுவற் is wrong. It must be written as சுவர் only.

Further interchange of letters is also found in word formation. ஐயர்–'Iyer' can be written as அய்யர்–'Ayyar'. ஔவை can be written as அவ்வை. நிலம் may become நிலன். The interchange of letters in such cases do not affect the meaning of the word concerned.

Fill in the blanks with vowel-consonants

மெய்யெழுத்துகளைக் கோடிட்ட இடத்தில் நிரப்புக

	Word	Pronunciation	Meaning
1.	..........ல்லர்	Kollar	Ironsmith
2.	..........திரை	Kudhirai	Horse
3.	குங்..........மப்பூ	Kungumappoo	Saffron
4.	..........டை	Kohdai	Summer
5.	விற..........	Virahu	Firewood
6.	..........டி	Padi	Read
7,	சு..........	Sumai	Weight or Luggage
8.	..........ப்பல்	Kappal	Ship
9.	..........ற்று	Kaatru	Wind
10.	..........ணி	Thonhi	Boat
11.	..........ட்டை	Sattai	Shirt
12,	..........ரி	Aeri	Lake
13.	நல்..........	Nalla	good
14.	..........ல்	Nool	Book or thread
15.	..........ண்டை	Sanhdai	Fight, quarrel
16.	..........யில்	Mayil	Peacock
17.	..........டு	Kaadu	Forest, jungle
18.	கற்..........ள்	Karkalh	Stones
19.	புத்த..........ம்	Puththaham	Book
20.	பு..........	Puhai	Smoke

21.	இறக்.........	Irakkai	Wing
22.	க.........ல்	Kadal	Ocean, Sea
20.	.......ட்டம்	Sattam	Law or Frame
20.	கா.........தம்	Kaagitham	Paper
20.	.........லை	Malai	Mountain

Identify the consonants and vowel-consonants

மெய்யெழுத்துகளையும் உமிர்மெய்யெழுத்துகளையும் கண்டறிக

Examples:

1. படம் : 'ப' & 'ட' = Vowel consonants; 'ம்' = Consonant.
2. கவலை : All the three letters are vowel-consonants.
3. தேங்காய் : 'தே' & 'கா' = Vowel-consonants
   'ங்' & 'ய்' = Consonants.

1.	கொல்லர்	2.	கோவலன்
3.	கோழி	4.	குங்குமப்பூ
5.	கேள்வி	6.	கோமாளி
7.	குதிரை	8.	கொடு
9.	குடம்	10.	கண்ணாடி
11.	காகிதம்	12.	விறகு
13.	புத்தகம்	14.	கத்திரிக்கோல்
15.	கொடி	16.	கூட்டம்
17.	கப்பல்	18.	சுக்கு
19.	கங்கை	20.	கோதாவரி
21.	கொட்டை	22.	புகை
23.	கால்	24.	கொசுவலை
25.	கௌதாரி	26.	பறவை
27.	மனிதன்	28.	பெண்மணி
29.	கம்பம்	30.	சட்டை

3. Word Formation

Words are formed with the help of vowels, consonants and vowel-consonants. For instance, in the word 'அம்மா' 'Ammaa' (Mother), 'அ' is a vowel, 'ம்' is a consonant and 'மா' is a vowel-consonant. A word can be single lettered, double lettered, triple or multilettered. A vowel or a vowel-consonant may constitute a single letter word but not a consonant. Consonants will only form part of a word with two or more letters. For example, the vowel 'ஆ',–'Ah' while acting as a single letter word will mean the 'cow'. The vowel consonant 'பை'–'Pai' as a single letter word will mean the 'bag' or 'pocket'. A word in Tamil will never start with a consonant. e.g., க், ஞ், ட், etc. All the 18 consonants will not act as initial letters. But all the 12 vowels will act as initial letters in word formation. So is the case with the vowel consonants, but with certain exceptions. Among the 216 vowel consonants ங to ஙௌ, ண to ணௌ, ழ, to ழௌ, ள to ளௌ, ன to னௌ etc. will in no case appear as initial letters in word formation. Their usage in the language is also very little. Most of these letters are just making the Tamil Script quite voluminous. Hence, such letters are avoided in word building as they are of little use in the language learning process.

Examples for the single lettered, double lettered and multilettered words are given below along with their pronunciation and meaning in English.

Single letter words:

1.	ஈ	Ee	Fly
2.	கை	Kai	Hand
3.	தா	Thaa	Give
4.	தீ	Thee	Fire
5.	தை	Thai	Name of a month in Tamil
6.	நீ	Nee	You
7.	பா	Paa	Poem
8.	பூ	Poo	Flower
9.	மை	Mai	eye liner ointment or ink
10.	வா	Vaa	Come
11.	வை	Vai	Put
12.	கோ	Koh	King
13.	போ	Poh	Go
14.	சா	Saa	Die
15.	மா	Maa	Mango

Double letter words:

1.	அது	Adhu	It
2.	அவை	Avai	plural of 'அது' or an assembly

31

3.	ஆமை	Aamai	Tortoise
4.	ஆசை	Aasai	Desire
5.	இமை	Imai	Eye lid
6.	இசை	Isai	Music
7.	ஈறு	Eeru	Gum or end
8.	ஈடு	Eedu	To compare equally
9.	உன்	Un	Your
10.	உண்	Unnh	Eat
11.	ஊது	Oodhu	To blow
12.	ஊமை	Oomai	Dumb
13.	கலை	Kalai	Art
14.	கதை	Kadhai	Story
15.	கால்	Kaal	Leg
16.	மணி	Manhi	Bell
17.	மூளை	Moolhai	Brain
18.	மூலை	Moolai	Corner
19.	நரை	Narai	Grey hair
20.	மாடு	Maadu	Common noun for cow, buffalo & Ox

Multi lettered words:

1.	கதவு	Kadhavu	Door
2.	கட்டடம்	Kattadam	Building
3.	அன்பு	Anbu	Affection

4.	அச்சம்	Achcham	Fear
5.	குடும்பம்	Kudumbam	Family
6.	குடிசை	Kudisai	Hut
7.	துன்பம்	Thunbam	Sorrow
8.	இன்பம்	Inbam	Pleasure
9.	நடனம்	Nadanam	Dance
10.	மனம்	Manam	Mind
11.	நல்லவன்	Nallavan	Good man
12.	பகல்	Pahal	Day time
13.	இரவு	Iravu	Night time
14.	நிலவு	Nilavu	Moon
15.	சூரியன்	Sooriyan	Sun
16.	வட்டம்	Vattam	Circle
17.	வரவு	Varavu	Income
18.	செலவு	Selavu	Expenditure
19.	நாடகம்	Naadagam	Drama
20.	நாற்காலி	Naarhkaali	Chair
21.	அறிவு	Arhivu	Knowledge
22.	துணிச்சல்	Thunichchal	Courage
23.	தேங்காய்	Thaengai	Coconut
24.	மாமரம்	Maamaram	Mango tree
25.	கணக்கு	Kanhakku	Arithmetic

33

4. Etymology
சொல்லிலக்கணம்
(Sol ilakkanham)

Kinds of words —சொல்லின் வகைகள்

1. பெயர்ச்சொல்—Peyarchol—Noun
2. வினைச்சொல்—Vinaichol—Verb

Names denoting பொருள்—Porul–things, இடம்—Idam–places, காலம்—Kaalam–time, சினை—Sinai–parts of a body, பண்பு—Panbu–qualities, and தொழில்—Thozhil–actions are all nouns.

பொருள் பெயர்—**Porul Peyar:** ஆடு—Aadu (Goat), மாடு—Maadu (cattle), புத்தகம்—Puththaham (Book), பெட்டி—Petti (Box), etc.

இடப்பெயர்—**Idappeyar:** நாடு—Naadu (Country), பள்ளிக்கூடம்—Pallikkoodam (School), வீடு—Veedu (house), etc.

காலப்பெயர்—**Kaalappeyar:** காலை—Kaalai (Morning), மாலை—Maalai (Evening), நண்பகல்—Nannbahal (Noon),

34

இரவு—Iravu (Night), நள்ளிரவு—Nalliravu (Midnight), ஆண்டு—Aanndu (year), வாரம்—Vaaram (Week), மாதம்—Maadham (Month), etc.

சினைப்பெயர்—**Sinaippeyar:** தலை—Thalai (head), வாய்—Vaai (mouth), இலை—Ilai (leaf), கிளை—Kilhai (branch), வேர்—Vaer (root), வால்—Vaal (Tail), etc.

குணப்பெயர்—**Gunappeyar**

(பண்புப்பெயர்—**Pannbuppeyar**) :நன்மை—Nanmai (Goodness), தீமை—Theemai (Badness), நீளம்—Neelham (Length), அகலம்—Ahalam (Breadth or Width), உயரம்—Uyaram (Height), பெருமை—Perumai (greatness), etc.

தொழிற்பெயர்—**Thozhirpeyar:** வருகை—Varuhai (Arrival), புறப்பாடு—Purappaadu (Departure), நடத்தல்—Nadaththal (Walking), சமைத்தல்—Samaiththal (Cooking), ஓட்டம்—Ohttam (Run), நடை—Nadai (Walk or style or gait), காதல்—Kaadhal (Love), etc.

வினைச்சொல்—**Vinaichol (verb):** நட—Nada (to walk), படி—Padi (to read), செய்—Sei (to do), ஓடு—Ohdu (to run), நில்—Nil (to stop or stand), பாடு—Paadu (to sing).

The above are roots of verbs. These are suitably expanded by adding suffixes to be in agreement with their subjects in sentences. When they appear in sentences they denote different moods, tenses, number and gender accordingly.

5. Analysis of words
சொற்களின் பாகுபாடு
(Sorkalhin Paahupaadu)

Tamil words are of two types. Inseparable and separable. All nouns, verbs, adjectives, adverbs, etc. can be analysed in this way. Any word, which cannot be separated into different particles is an inseparable word i.e. பகாப்பதம் 'Pahaappadham'. A separable word i.e. பகுபதம் 'Pahupadham' consists of particles that denote the number, gender, person and tense. For instance, the word கண்ணன்—Kannan can be divided like this கண்+அன்—Kann+An. The first part of this word is inseparable and the second in separable part is the particle that denotes the gender, number and person in this case. The particle 'அன்' shows that this word is the name of a singular male. A separable word can be divided into the following six parts:

1. பகுதி   Pahudhi   Root
2. விகுதி   Vihudhi   Termination
3. இடைநிலை   Idainilai   Tense particle
4. சந்தி   Sandhi   Combination
5. சாரியை   Saariyai   Euphonic particle
6. விகாரம்   Vihaaram   Change

36

All the six parts need not necessarily combine to make a separable word. That is to say that a separable word can have two or more of the six parts. Any separable word will definitely contain பகுதி and விகுதி i.e. the root and the termination. These two are the essential parts of a separable word.

பகுதி—Pahudhi—Root

In the word ஓடினான்—Ohdinaan:

'ஓடு'—Ohdu is the root.

In the word பாடினான்—Paadinaan:

'பாடு'—Paadu is பகுதி

The first part of a separable word is பகுதி.

விகுதி—Vihudhi—Termination

The last of the terminating part of a word is விகுதி. This part shows the number, gender and person.

(1)   First Person-Singular:

அன்—An,   என்—En,   ஏன்—Aen

செய்வன்,   செய்வென்,   செய்வேன்

Seivan,   Seiven,   Seivaen.

First Person-Plural:

அம், ஆம், எம், ஏம், ஓம்

Am, Aam, Em, Aem, Ohm

செய்வம், செய்வாம், செய்வெம், செய்வேம், செய்வோம்

Seivam, Seivaam, Seivem, Seivaem, Seivohm.

In the general usage only 'ஏன்'—'Aen' and 'ஓம்'—'Om' are found denoting the first person termination particles; 'ஆம்'—'Aam', 'எம்'—'Em' and 'ஏம்'—'Aem' are not very much in vogue, except in literature.

(2) Second Person-Singular:

ஐ—Ai, ஆய்—Aai

பாடினை—Paadinai, பாடினாய்—Paadinaai

Second Person-Plural:

இர்—Ir, ஈர்—Eer

பாடினிர்—Padinir, பாடினீர்—Paadineer

The particle 'கள்'—'Kal' can also be added with 'ஈர்' like பாடினீர்கள்—Paadineerkal.

Here also only ஆய் and ஈர் are very much in usage.

(3) Third Person-Singular-Male:

அன்—An, ஆன்—Aan

செய்வன்—Seivan, செய்வான்—Seivaan

Third Person-Singular-Female:

அள்—Al, ஆள்—Aal

செய்வள்—Seival, செய்வாள்—Seivaal.

Third Person-Plural (both male and female):

அர்—Ar, ஆர்—Aar.

செய்வர்—Seivar, செய்வார்—Seivaar

Here also the particle 'கள்' can be added with 'ஆர்' like செய்வார்கள்—Seivaarhal.

Third Person-Singular—irrational class:

து—Thu, று—Tru.

ஓடியது—Odiyathu, ஓடிற்று—Oditru

Third Person-Plural—irrational class:

அ—A

ஓடின—Ohdina

Except man, woman and God, all other things belong to the irrational class.

இடைநிலைகள்—Idainilai—Tense particles

The middle particle in a word, known as 'Idainilai' shows the tense in a verb.

Signs of Past Tense:

த்—Th, ட்—T, ற்—Tr, இன்—In, ன்—N, ய்—y

செய்தான்	—	Seidhaan
கண்டாள்	—	Kanndaalh
கற்றான்	—	Katraan
ஓடின	—	Ohdina
போனது	—	Pohnadhu
ஓடியது	—	Ohdiyadhu

Signs of Present Tense:

கிறு	கின்று	ஆநின்று
Kiru	Kindru	Aanindru

செய்கிறான்	—	Seikiraan
செய்கின்றான்	—	Seikindraan
செய்யா நின்றான்	—	Seiyaanindraan

39

Signs of Future Tense:

ப்–P வ்–V

நடப்பான் — Nadappaan

செய்வான் — Seivaan

சந்தி—Sandhi—Combination

The combination particle is known as Sandhi. Its function is to combine the root and the middle particle.

படித்தான் — Padiththaan

படி+த்+த்+ஆன்

Padi+Th+Th+Aan

Here the first 'Th' is the Sandhi. The second 'Th' is Idainilai.

பார்த்தான் — Paarththaan

பார்+த்+த்+ஆன் — Paar+Th+Th+Aaan

சாரியை—Saariyai—Euphonic particle

This particle has no particular function. It simply stands in a word only to make it sweet. Such Euphonic particles will be in the form of அன்—An, கு—Ku, அற்று—Atru, அத்து—Aththu etc.

செய்தனன் — Seidhanan

செய்+த்+அன்+அன்

Sei+Th+An+An

Here out of the two 'An's, the first 'An' is Saariyai.

செய்குவாய் — Seikuvaai

செய்+கு+வ்+ஆய்— Sei+Ku+V+Aai

40

பலவற்றை	—	Palavatrai
பல+அற்று+ஐ		Pala+Atru+Ai
மரத்தை	—	Maraththai
மரம்+அத்து+ஐ	—	Maram+Aththu+Ai

விகாரம்—*Vihaaram–Change*

Any change or replacement in the particles of a word is known as Vihaaram.

வந்தான்	—	Vandhaan.
வா+த்+த்+ஆன்	—	Vaa+Th+Th+Aan

'Vaa' has become 'Va', and 'Th' has been replaced by 'N'.

The word நடந்தனன் Nadandhaanan has all the six parts in it.

நடந்தனன்	—	நட+த்+த்+அன்+அன்
Nada	பகுதி	Root
Th	சந்தி	Combination particle
An	சாரியை	Euphonic particle
Th	இடைநிலை	Past Tense particle
An	விகுதி	Termination

The combination particle in this case has undergone a change. 'Th' has become 'N'. It is Vihaaram.

Study the following sentences:

1. நான் ஒடுகிறேன்
    Naan Odukiraen   I run

41

ஓடு+கிறு+ஏன்

Ohdu+Kiru+Aen

Root + Present + First Person Singular Termination.
Particle

2. நீ ஓடுகிறாய்

Nee Ohdukiraai   You run

ஓடு+கிறு+ஆய்

Ohdu+Kiru+Aai

Second Person Singular Termination

3. அவன் ஓடுகிறான்

Avan Ohdukiraan   He runs

ஓடு+கிறு+ஆன்

Ohdu+Kiru+Aan

Third person Singular Male Termination

4. அவர்கள் பார்த்தார்கள்

Avarkal Paarththaarkal   They saw

பார்+த்+த்+ஆர்+கள்

Paar+Th+Th+Aar+Kal

Pahudhi+Sandhi+Idainilai+Vihudhi+Vihudhi

5. குதிரை ஓடியது

Kudhirai Ohdiyadhu   The horse ran

ஓடு+ய்+அ+து

Ohdu+y+a+Thu

6. Number—Singular/Plural
எண்—ஒருமை/பன்மை
(Enh—Orumai/Panmai)

A singular number can be changed into a plural number by adding 'கள்' 'kal' or 'hal' or 'gal' to it.

	ஒருமை *Orumai*	பன்மை *Panmai*
1.	ஆசிரியர்	ஆசிரியர்கள்
	Aasiriyar	Aasiriyargalh
	Teacher	Teachers
2.	மாணவன்	மாணவர்கள்
	Maanhavan	Maanhavargalh
	Student	Students
3.	கை	கைகள்
	Kai	Kaihalh
	Hand	Hands
4.	ஆண்	ஆண்கள்
	Aanh	Aanhgalh
	Male	Males

5.	பெண்	பெண்கள்
	Penh	Penhgalh
	Female	Females
6.	மரம்	மரங்கள்
	Maram	Marangalh
	Tree	Trees
7.	நாள்	நாள்கள்
	Nalh	Naalhalh
	Day	Days
8.	மொழி	மொழிகள்
	Mozhi	Mozhikalh
	Language	Languages
9.	ஓடுகிறான்	ஓடுகிறார்கள்
	Ohdukiraan	Ohdukiraarkalh
	He runs	They Run
10.	சாப்பிட்டார்	சாப்பிட்டார்கள்
	Saappittaar	Saappittaarkalh
	He ate	They ate

7. Sentences
வாக்கியங்கள்
(Vaakkiyangal)

To frame correct sentences, the knowledge of Subject, Predicate and Object is essential. A sentence may contain all these three parts or any two of them, predicate being obligatory. The correctness of a sentence depends on the predicate being used appropriately. A plural subject must have a plural predicate. The three elements of a sentence are known as எழுவாய்—Ezhuvaai, பயனிலை—Payanilai, செயப்படுபொருள்—Seyappaduporul.

ஆசிரியர் பாடம் கற்பிக்கிறார்.

Aasiriyar Paadam Karpikkiraar.

(The) Teacher teaches (a) lesson.

In the above sentence ஆசிரியர் is the Subject, கற்பிக்கிறார் is the Predicate and பாடம் is the Object. The use of articles is very limited in Tamil. You will notice that the predicate is in conformity with the subject.

தலைவர் பேசினார்.

Thalaivar Pesinaar.

(The) leader spoke.

There is no object in this sentence.

பாடம் படி.

Paadam Padi.

Read (the) lesson.

There is no subject in this sentence. Here it is understood.

அவன் வந்தான்.

Avan Vandhaan.

He came.

Here அவன் (Avan) is the subject and வந்தான் (Vandhaan) is the predicate. The predicate is a past tense verb. Since the subject அவன் is Third person singular, the predicate is also singular, so as to be in agreement with the subject.

அவன் நேற்று வந்தான்.

Avan Naetru Vandhaan.

He came yesterday.

அவன் இன்று வருகிறான்.

Avan Indru Varuhiraan.

He comes today.

அவன் நாளை வருவான்.

Avan Naalhai Varuvaan.

He will come tomorrow.

In the above three sentences, the predicate not only agrees with the subject but also changes appropriately to mark the tense.

46

அவர்கள் வந்தார்கள்.
Avarhalh Vandhaarhalh.
They came.

அவர்கள் வருகிறார்கள்.
Avarhalh Varuhiraarhalh.
They Come.

அவர்கள் வருவார்கள்.
Avarhalh Varuvaarhalh.
They will come.

Since the subject அவர்கள் is plural, it has taken plural predicate.

In Tamil, it is not necessary that the verb alone must be the predicate. Noun and interrogation can also be predicates.

அவன் கண்ணன்.
Avan Kannan.
He (is) Kannan.
Here the noun Kannan acts as the predicate.

அவன் யார் ?
Avan Yaar?
Who (is) he?
Here the interrogation 'யார்' (Who) is the predicate.

From the given sentences in this chapter you might have observed that in a Tamil sentence, the subject occupies the first place and the object the second place and the predicate the last. Therefore the order of the three elements is Subject, Object and Predicate.

Read the following sentences:

1. நான் இருக்கிறேன்.
   Naan Irukkiren. (I am)

2. நீ இருக்கிறாய்.
   Nee Irukkiraai. (You are)

3. அவன் இருக்கிறான்.
   Avan Irukkiraan. (He is)

4. அவள் இருக்கிறாள்.
   Aval Irukkiraalh. (She is)

5. அது இருக்கிறது.
   Adhu Irukkiradhu. (It is)

6. நாம் இருக்கிறோம்.
   Naam Irukkirohm. (We are)

7. நீர் இருக்கிறீர்.
   Neer Irukkireer. (You are)

8. நீங்கள் இருக்கிறீர்கள்.
   Neengalh Irukkireerhalh. (You are) (plural)

9. அவர் இருக்கிறார்.
   Avar Irukkiraar. (He is)

10. அவர்கள் இருக்கிறார்கள்.
    Avarhalh Irukkiraarhalh. (They are)

11. அவை இருக்கின்றன.
    Avai Irukkindrana (They are)

8. Positive—Negative
உடன்பாடு—எதிர்மறை
(Udanpaadu—Edhirmarai)

Positive verbs can be changed into Negative verbs by adding the following words suitably:

1.   அல்ல—Alla
2.   இல்லை—Illai
3.   மாட்டான்—Maattaan
4.   மாட்டேன்—Maattaen
5.   மாட்டாய்—Maattaai, etc.

1. P.   நான் நாளை வருவேன்.
       Naan Naalhai Varuvaen.
       I shall come tomorrow.

   N.   நான் நாளை வரமாட்டேன்.
       Naan Naalhai Vara Mattaen.
       I shall not come tomorrow

2. P.   அவன் நேற்று வந்தான்.
       Avan Naetru Vandhaan.
       He came yesterday.

   N.   அவன் நேற்று வரவில்லை.
       Avan Naetru Varavillai.
       He did not come yesterday.

3. P.   நீ பாடுவாய்.
   Nee Paaduvaai.
   You will sing.

   N.   நீ பாட மாட்டாய்.
   Nee Paada Maattaai.
   You will not sing.

4. P.   அவர் நடப்பார்.
   Avar Nadappaar.
   He will walk.

   N.   அவர் நடக்க மாட்டார்.
   Avar Nadakka Maattaar.
   He will not walk.

5. P.   அவள் உண்பாள்.
   Avalh Unnbaalh.
   She will eat.

   N.   அவள் உண்ண மாட்டாள்.
   Avalh Unna Maattalh.
   She will not eat.

6. P.   அது நடக்கும்.
   Adhu Nadakkum.
   It will happen

   N.   அது நடக்காது.
   Adhu Nadakkaadhu.
   It will not happen.

7. P.   இது உண்மை.
   Idhu Unmai.
   This is a fact.

N. இது உண்மை அல்ல.
Idhu Unhmai alla.
This is not a fact.

8. P. இது நல்ல வீடு.
Idhu Nalla Veedu.
This is a good house.

N. இது நல்ல வீடு அல்ல.
Idhu Nalla Veedu alla.
This is not a good house.

9. P. இவன் நல்லவன்.
Ivan Nallavan.
He is good.

N. இவன் நல்லவன் அல்ல.
Ivan Nallavan alla.
He is not good.

10. P. கடவுள் உண்டு.
Kadavulh Unndu.
There is God.

N. கடவுள் இல்லை.
Kadavulh Illai.
There is no God.

11. P. இது நல்ல வேளை.
Idhu Nalla Vaelhai.
It is a good time.

N. இது நல்ல வேளை இல்லை.
Idhu Nalla Velhai Illai.
It is not a good time.

51

12.P. அவன் பெரிய மனிதன்.
Avan Periya Manidhan.
He is a big man.

N. அவன் பெரிய மனிதன் இல்லை.
Avan Periya Manidhan Illai.
He is not a big man.

13.P. அவர் செய்வார்.
Avar Seivaar.
He will do.

N. அவர் செய்ய மாட்டார்.
Avar Seiya Maattaar.
He will not do.

14.P. அது ஒரு தோட்டம்.
Adhu Oru Thottam.
It is a garden.

N. அது ஒரு தோட்டம் அல்ல.
Adhu oru Thottam Alla.
It is not a garden.

15.P. அது உனக்கு நல்லது.
Adhu Unakku Nalladhu.
It is good for you.

N. அது உனக்கு நல்லது அல்ல.
Adhu Unakku Nalladhu Alla.
It is not good for you.

9. Interrogations
வினாக்கள்
(Vinaakkal)

1.	என்ன ?	Enna?	What?
2.	எது ?	Edhu?	Which?
3.	எப்படி ?	Eppadi?	How?
4.	ஏன் ?	Aen?	Why?
5.	எங்கு ?	Engu?	Where?
	எங்கே ?	Engay?	
6.	எவன் ?	Evan?	Who?
7.	யார் ?	Yaar?	Who?
8.	எப்போது ?	Eppohdhu?	When?
9.	எவ்வளவு ?	Evvalhavu?	How much?
10.	எத்தனை ?	Eththanai?	How many?
11.	என்ன விலை ?		
	Enna Vilai?		What price?
12.	எது உண்மை ?		
	Edhu Unhmai?		Which is the truth?
13.	எப்படி நிலைமை ?		
	Eppadi Nilaimai?		How is the situation?

53

14.	ஏன் இப்படி ?	
	Aen Ippadi?	Why is it so?
15.	எங்கே அவன் ?	
	Engae Avan?	Where is he?
16.	யார் அவர் ?	
	Yaar Avar?	Who is he?
17.	எப்போது வேண்டும் ?	
	Eppohdhu Vaendum?	When (is it) required?
18.	என்ன வேண்டும் ?	
	Enna Vaendum?	What (do you) want?
19.	எது வேண்டும் ?	
	Edhu Vaendum?	Which (do you) want?
20.	எப்படி வேண்டும் ?	
	Eppadi Vaendum?	How (do you) want?
21.	ஏன் வேண்டும் ?	
	Aen Vaendum?	Why (do you) want?
22.	எங்கு வேண்டும்	
	Engu Vaendum?	Where (do you) want?
23.	யார் வேண்டும் ?	
	Yaar Vaendum?	Whom (do you) want?
24.	எத்தனை வேண்டும் ?	
	Eththanai Vaendum?	How many (do you) want?
25.	எவ்வளவு வேண்டும் ?	
	Evvalhavu Vaendum?	How much (do you) want?
26.	அது என்ன ?	
	Adhu Enna?	What (is) it?

27. அது எது?
    Adhu Edhu?   Which (is) it?

28. அது எப்படி?
    Adhu Eppadi?   How (is) it?

29. அது ஏன்?
    Adhu Aen?   Why (is) it?

30. அது எங்கே?
    Adhu Engae?   Where (is) it?

31. அது எப்போது?
    Adhu Eppohdhu?   When (is) it?

32. அது எவ்வளவு?
    Adhu Evvalhavu?   How much (is) it?

அகர முதல எழுத்தெல்லாம் ஆதி
பகவன் முதற்றே உலகு   (குறள் 1)

agara mudhala ezhuththellaam aadhi
bhagavan mudhatrae ulagu   (Kural 1)

As "A" is beginning of the Alphabet, Almighty is the
beginning of the Universe.

அறத்தான் வருவதே இன்பம்மற் றெல்லாம்
புறத்த புகழும் இல   39

araththan varuvadhae inbammatr ellaam
puraththa pugazhum ila   (39)

Real bliss arises out of being virtuous; rest are of no
significance; nor do they bring any fame.

10. Person

இடம்

(Idam)

தன்மை	—	***Thanmai***	***First Person***
நான்	—	Naan	I
யான்	—	Yaan	I
நாம்	—	Naam	We
யாம்	—	Yaam	We
நாங்கள்	—	Naangal	We
யாங்கள்	—	Yaangal	We
முன்னிலை	—	***Munnilai***	***Second person***
நீ	—	Nee	You (singular)
நீர்	—	Neer	You (respectability)
நீவிர்	—	Neevir	You (plural)
நீங்கள்	—	Neengalh	You (plural)
படர்க்கை	—	***Padarkai***	***Third person***
இவன்	—	Ivan	He
அவன்	—	Avan	He
இவள்	—	Ivalh	She
அவள்	—	Avalh	She

இவர்	—	Ivar	} He (respectability)	
அவர்	—	Avar		
இவர்கள்	—	Ivarhalh	They	(plural of he
அவர்கள்	—	Avarhalh	They	& she only)
அது	—	Adhu	It (That)	
இது	—	Idhu	It (This)	
அவை	—	Avai	Those	} They
இவை	—	Ivai	These	
அவைகள்	—	Avaihalh	Those	
இவைகள்	—	Ivaihalh	These	

நீர், இவர், அவர், அவர்கள் etc. may be used to denote respectability.

1. நான் ஒரு மனிதன்.
   Naan Oru Manidhan. I am a man.
2. நாம்/நாங்கள் மனிதர்கள்.
   Naam/Naangal Manidhargalh. We are men.
3. நீ ஒரு மனிதன்.
   Nee oru manidhan. You are a man.
4. நீங்கள் மனிதர்கள்.
   Neengal manidhargalh. You are men.
5. அவன்/இவன் ஒரு மனிதன்.
   Avan/Ivan oru manidhan. He is a man.
6. அவர்கள்/இவர்கள் மனிதர்கள்.
   Avargal/Ivargalh manidhargalh. They are men.
7. அது/இது ஒரு மிருகம்.
   Adhu/Idhu oru Miruham. It is an animal.
8. அவை/இவை மிருகங்கள்.
   Avai/Ivai Miruhangalh. They are animals.

11. Case
வேற்றுமை
(Vaetrumai)

Study the following sentences:

1. ராமன் வந்தான்.
    Raaman Vandhaan.
    Rama came.

2. ராமனை அழைத்தேன்.
    Raamanai Azhaiththaen.
    (I) called Rama.

3. ராமனோடு போனேன்.
    Raamanohdu Pohnaen.
    (I) went with Rama.

4. ராமனுக்கு மகன் பிறந்தான்.
    Raamanukku Mahan Pirandhaan.
    A son was born to Rama.

5. ராமனில் இளையவன் பரதன்.
    Raamanil Ilaiyavan Bharathan.
    Bharathan is younger to Rama.

6. ராமனது வீடு பெரியது.
   Raamanadhu Veedu Periyadhu.
   Rama's house is big.

7. ராமனிடம் வீரம் இருக்கிறது.
   Raamanidam Veeram Irukkiradhu.
   There is heroism in Rama.

8. ராமா, வா.
   Raamaa, Vaa.
   Ramaa, come.

In the above sentences you might have noticed that the noun 'Raman' has undergone changes so as to denote the differences in meanings suitably. This differential usage is known as 'Vaetrumai' in Tamil. In English it is known as 'case'.

As such there are eight 'cases' in Tamil. Except the first and the eighth case, the other six cases from second to seventh have casal signs. These signs are added to the nouns as suffixes to differentiate the meaning. In English, prepositions do the job of these casal signs. But, unlike prepositions, the casal signs are added to the nouns only at their end (as post-positions). The casal sign is known as 'Urubu'.

வேற்றுமை—Case   உருபு—casal sign

1. முதல் வேற்றுமை—Mudhal Vaetrumai
   First case or Nominative case   No casal sign

2. இரண்டாம் வேற்றுமை—Irandaam Vaetrumai—'ஐ' 'Ai'
   Second case

59

3. மூன்றாம் வேற்றுமை—   ஆல், ஓடு, உடன்.
   Moondraam Vaetrumai
   Third or Instrumental case—   Aal, Ohdu, Udan

4. நான்காம் வேற்றுமை—   கு, ஆக, பொருட்டு
   Naangaam Vaetrumai
   Fourth or Dative case—   Ku, Aaha, Poruttu

5. ஐந்தாம் வேற்றுமை—   இன், இல், இலிருந்து
   Aindhaam Vaetrumai
   Fifth case or Ablative of motion—   In, Il, Ilirundhu

6. ஆறாம் வேற்றுமை—   அது, உடைய
   Aaraam Vaetrumai
   Sixth or Possessive case—   Adhu, Udaiya

7. ஏழாம் வேற்றுமை—   கண், இடம், முன், பின்
   Ezhaam Vaetrumai
   Seventh or Locative case—   Kanh, Idam, Mun, Pin

8. எட்டாம் வேற்றுமை—   No separate casal sign;
   Ettaam Vaetrumai   however changes are
   Eighth or Vocative case   effected by adding
                                ஆ, ஏ, etc.

Now we will give examples to all these cases. You may please note all the casal signs are added to the nouns in the respective cases as used in sentences.

1. First case is simple.
   ex. புத்தகம் படி— Puthaham padi. Read a book.
       அவன் பாடினான்—Avan Paadinaan. He sang.

2. Second case:

The casal sign is 'ஐ' 'Ai'. This sign is added to a noun in the following way.

ex. ராமன்+ஐ=ராமனை

   Raaman+'Ai'=Raamanai.

   அவன்+ஐ=அவனை

   Avan+Ai=Avanai

Study the following sentences:

(i). நான் ராமனைக் கண்டேன்.

   Naan Raamanai(k) Kanndaen.

   I saw Rama

(ii). ராமன் அவனைப் பார்த்தான்.

   Raaman Avanai(p) Paarththan.

   Rama saw him.

(iii) அவன் வீட்டைக் கட்டினான்.

   Avan Veettai(k) Kattinaan.

   He built a house.

3. Third Case:

The main casal sign of this is 'ஆல்'—'Aal'

   ex. ராமன்+ஆல்=ராமனால்

      Raaman+Aal=Raamanaal

      கண்+ஆல்=கண்ணால்

      Kanh+Aal=Kannhaal

The other signs of this case are ஒடு-Ohdu and உடன்-Udan

   ex. ராமன்+ஒடு=ராமனோடு

      Raaman+Odu=Raamanodu

கண்+உடன்=கண்ணுடன்
Kannh+Udan=Kannhudan

These casal signs are similar to the prepositions 'By' and 'with'.

ex. ராமனால் வீடு கட்டப்பட்டது.
Raamanaal Veedu Kattappattadhu.
The house was built by Rama.

அவன் கண்ணால் கண்டான்.
Avan Kannhaal Kanndaan.
He saw with (his) eyes.

அவன் ராமனோடு வருகிறான்.
Avan Raamanohdu Varuhiraan.
He comes with Rama.

ராமன் அவனுடன் போகிறான்.
Raaman Avanudan Poahiraan.
Rama goes with him.

அவன் வாளால் கொன்றான்.
Avan Vaalhaal Kondraan.
He killed with a sword.

4. Fourth case: கு 'Ku', ஆக 'Aaha'

ex. ராமன்+கு=ராமனுக்கு
Raaman+Ku=Raamanukku (To Rama)

கூலி+கு+ஆக=கூலிக்காக
Cooli+Ku+Aaha=Coolikkaaha (For wages)

ராமனுக்கு வேலை கொடு
Raamanukku Vaelai Kodu
Give work to Rama.

62

ராமன் கூலிக்காக வேலை செய்தான்.
Raaman Coolikkaaha vaelai seidhaan.
Rama worked for wages.

'To' and 'for' are the prepositions of this case.

5. Fifth Case: இன் 'In', இல் 'Il', இருந்து 'Ilirundhu'

ex. சென்னை+இன்=சென்னையின்
Chennai+In=Chennaiyin

சென்னை+இலிருந்து=சென்னையிலிருந்து
Chennai+Ilirundhu=Chennaiyilirundhu

சென்னையின் வடக்கு திருப்பதி.
Chennaiyin Vadakku Thiruppathi.
North of Chennai is Tirupati.

சென்னையிலிருந்து திருப்பதி போகலாம்.
Chennaiyilirundhu Thiruppathi Pohalaam.
(You) may go to Tirupati from Chennai.

'From' is the preposition of this case.

6. Sixth case: அது 'Adhu', உடைய 'Udaiya'

ex. ராமன்+அது=ராமனது
Raaman+adhu=Raamanadhu

ராமன்+உடைய=ராமனுடைய
Raaman+Udaiya=Raamanudaiya
(Rama's) (of Rama)

ராமனது புத்தகம்.
Raamanadhu Puththaham
Rama's Book.

63

ராமனுடைய வீடு.
Raamanudaiya Veedu
Rama's House.

அவனது தலை.
Avanadhu Thalai.
His Head.

அவனுடைய பெயர் ராமன்.
Avanudaiya peyar Raaman.
His name is Rama.

7. Seventh Case: இடம் 'Idam', கண் 'Kanh', முன் 'Mun', பின் 'Pin'

ex. பெட்டி+இல்=பெட்டியில்
Petti+Yil=Pettiyil (in the box)

பெட்டி+மேல்=பெட்டிமேல்
Petti+Mael=Pettimael (on the box)

ராமன்+இடம்=ராமனிடம்
Raaman+Idam=Raamanidam

பெட்டியில் புத்தகம் இருக்கிறது.
Pettiyil Puthakam Irukkiradhu.
The book is in the box.

பெட்டி மேல் பை வை.
Pettimael pai vai.
Keep the bag on the box.

ராமனிடம் பெட்டி கொடு.
Raamanidam Petti Kodu.
Give the box to Rama/Keep the box with Rama.

Prepositions such as 'in', 'on', 'before', 'behind', 'above', 'below', 'under', etc. denoting the location belong to this case.

8.   Eighth case: ஆ 'Ah', ஏ 'Ae'

First case itself will turn out to be eighth case with some slight change in the noun. Sometimes there will be no change and the noun may appear as it is in the first case. Eighth case is used to call or address a person or animal.

First Case	Eighth Case
மகன்	மகனே!
Mahan	Mahanae!
Son	O Son!
தாய்	தாயே!
Thaai	Thaayae!
Mother	O Mother!
ராமன்	ராமா!
Raaman	Raamaa!
Rama	O Rama!

Some more examples:

நான்+ஐ=என்னை
Naan+Ai=Ennai   ('I' becomes 'me')

நான்+ஆல்=என்னால்
Naan+Aal=Ennaal   (by me)

நான்+கு=எனக்கு
Naan+Ku=Enakku   (to me)

நான்+அது=எனது
Naan+Adhu=Enadhu   (mine)

நான்+இலிருந்து=என்னிலிருந்து
Naan+Ilirundhu=Ennilirundhu   (from me)

Please note that 'Naan' becomes 'En' when it takes a casal sign. The same way நீ—'Nee' (you) becomes 'உன்'—'Un' (your) when it takes a casal sign such as உன்னை, உனக்கு, உனது, உன்னுடைய, உன்னிடம் etc., (Unnai, Unakku, Unadhu, Unnudaiya, Unnidam).

Identify the various cases in the following sentences:

1. கண்ணா, வா.
    Kannhaa, Vaa.
    Kanna, Come.

2. கடிதத்தைப் படி.
    Kadidhaththaip Padi.
    Read the letter.

3. எனக்குப் பழம் கொடு.
    Enakkup pazham Kodu.
    Give me a fruit.

4. மலைமேல் கோவில் இருக்கிறது.
    Malaimael Kovil Irukkiradhu.
    There is a temple on the mountain.

5. குதிரைக்குக் கொம்பு இல்லை.
    Kudhiraikkuk Kombu illai.
    There are no horns for a horse.

66

6. அவனுடைய பேனா புதியது.
    Avanudaiya Paenaa Pudhiyadhu.
    His pen is new.

7. சென்னையில் கடற்கரை இருக்கிறது.
    Chennaiyil Kadarkarai Irukkiradhu.
    There is a beach in Chennai.

8. தமிழைக் கற்க முயல்கிறேன்.
    Thamizhaik Karka Muyalkiraen.
    I try to learn Tamil.

12. Relationship

உறவுமுறை
(Uravu Murai)

1.	அம்மா	Ammaa	Mother
	தாய்	Thaai	
	தாயார்	Thaayaar	
	அன்னை	Annai	

2.	அப்பா	Appaa	Father
	தந்தை	Thandhai	
	தந்தையார்	Thandhaiyaar	
	தகப்பனார்	Thahappanaar	
	தகப்பன்	Thahappan	

Combination:

அம்மா	அப்பா
அன்னை	தந்தை
தாய்	தகப்பன்
தாய்	தந்தை
தாயார்	தந்தையார்
தாயார்	தகப்பனார்

3.	மகன்	Mahan	} Son
	மைந்தன்	Maindhan	
	புதல்வன்	Pudhalvan	
	செல்வன்	Selvan	

4.	மகள்	Mahal	} Daughter
	புதல்வி	Pudhalvi	
	செல்வி	Selvi	

5.	பாட்டி	Paatti	} Grandmother
	பாட்டியார்	Paattiyaar	

6.	பாட்டன்	Paattan	} Grand father
	பாட்டனார்	Pattanaar	
	தாத்தா	Thaththaa	

Combination:

தாத்தா	பாட்டி
பாட்டன்	பாட்டி
பாட்டனார்	பாட்டியார்

7.	அண்ணா	Annhaa	} Elder brother
	அண்ணன்	Annhan	

8.	தம்பி	Thambi	Younger brother

9.	அக்கா	Akkaa	} Elder sister
	தமக்கை	Thamakkai	

10.	தங்கை	Thangai	Younger sister

Combination:

அண்ணன்	தம்பி
அக்கா	தங்கை

69

11.	உடன்பிறந்தான்	Udan pirandhaan	Brother
12.	குழந்தை	Kuzhandhai	Child / Infant
	குழவி	Kuzhavi	
	மகவு	Mahavu	
	சேய்	Saei	
13.	ஆண்	Aanh	Male
	பெண்	Penh	Female
14.	மாமா	Maamaa	Maternal
	மாமன்	Maaman	Uncle
15.	சிற்றப்பா	Sitrappaa	
	சித்தப்பா	Chihthappaa	Paternal Uncle
16.	மாமி	Maami	Aunt—Wife of Maternal uncle
17.	சித்தி	Siththi	Aunt-Wife of Paternal Uncle
18.	மாமனார்	Maamanaar	Father-in-law
19.	மாமியார்	Maamiyaar	Mother-in-law
20.	மாட்டுப்பெண்	Maattuppenh	Daughter-in-law
	நாட்டுப்பெண்	Nattuuppenh	
21.	மாப்பிள்ளை	Maappillhai	Son-in-law
22.	அண்ணி	Annhi	Wife of elder
	மன்னி	Manni	brother
23.	கணவன்	Kanhavan	Husband
	அகமுடையான்	Ahamudaiyaan	
	கொழுநன்	Kozhunan	

24.	மனைவி	Manaivi	Wife
	அகமுடையாள்	Ahamudaiyalh	
	இல்லாள்	Illaalh	
25.	அத்தை	Aththai	Father's sister

Combination:

மாமா	மாமி
மாமனார்	மாமியார்
சித்தப்பா	சித்தி
அண்ணா	மன்னி
அண்ணன்	அண்ணி
கணவன்	மனைவி

26.	பையன்	Paiyan	Boy
27.	பெண்	Penh	Girl
28.	குமரி	Kumari	Lass
29.	இளைஞன்	Ilhaignan	Lad
	வாலிபன்	Vaaliba	
30.	பிரம்மச்சாரி	Birammachaari	Bachelor
31.	கன்னி	Kanni	Virgin
32.	கிழவன்	Kizhavan	Old man
33.	கிழவி	Kizhavi	Old woman
34.	பெற்றோர்	Petror	Parent
35.	பேரன்	Paeran	Grandson
36.	பேர்த்தி	Paerthi	Grand daughter
37.	மருமகன்	Marumahan	Nephew or Son-in-law
38.	மருமகள்	Marumahalh	Niece or Daughter-in-law

1. உன் தந்தை எங்கே வேலை செய்கிறார்?
   Un thandhai engay velai seihiraar?
   Where does your father work?

2. உனக்கு எத்தனை தம்பிகள்?
   Unakku eththanai thambihal?
   How many brothers (younger) have you?

3. யார் இந்தப் பையன்?
   Yaar indhap paiyan?
   Who is this boy?

4. என் பெற்றோர் வீட்டில் இல்லை.
   En petroar veettil illai.
   My parents are not in the house.

5. அவர்கள் கடைத்தெருவுக்குப் போயிருக்கிறார்கள்.
   Avarhal kadaitheruvukkup poyirukkiraarhal.
   They have gone to the market.

6. தம்பி, தங்கைகளே, உங்களுக்கு என் வாழ்த்துகள்.
   Thambi, Thangaihalae, ungalukku en vaazhthuhal.
   Brothers & Sisters, my blessings to you.

7. அண்ணனும், அண்ணியும் இன்று சென்னை போகிறார்கள்.
   Annhanum annhiyum indru Sennai pohiraarhalh.
   My elder brother and his wife are leaving for Chennai today.

8. என் தாத்தாவுக்கு எண்பது வயது.
   En thaaththaavukku ennhbadhu vayadhu.
   My grandfather is eighty years old.

9. அந்த இளைஞன் ஒரு பிரம்மச்சாரி.
Andha ilhaignan oru birammachaari.
That lad (young man) is a bachelor.

10. என் குடும்பத்தில் அப்பா, அம்மா, அக்கா, சித்தப்பா
ஆகியோர் இருக்கின்றனர்.
En kudumbathil appaa, ammaa, akkaa, chithappaa
aahiyohr irukkindranar.
In my family, father, mother, elder sister and uncle
are there.

11. என் அக்காவுக்கு இரண்டு பெண்கள்.
En akkaavukku irandu penhgal.
My elder sister has two daughters.

12. என் தங்கைக்கு நாளை திருமணம்.
En thangaikku naalhai thirumanham.
My younger sister is getting married tomorrow.

13. என் அம்மாவுக்கு உடன்பிறந்தவர் என் மாமா.
En ammaavukku udanpirandhavar en maama.
My mother's brother is my uncle.

14. எனக்கு உடன் பிறந்தவர்கள் இல்லை; நான் ஒரே மகன்.
Enakku udan pirandhavarhalh illai. Naan orae
Mahan.
I have no brothers. I am the only son.

15. அன்னையும் பிதாவும் முன்னறி தெய்வம்.
Annaiyum pidhavum munnari dheivam.
Mother and Father are gods visible.

73

13. At the Shop
கடையில்
(Kadayil)

1.	கடை	Kadai	Shop
2.	கடைத்தெரு	Kadaiththeru	Market
3.	சாமான்	Saamaan	Things
4.	வாங்கு	Vaangu	Purchase
5.	கடைக்காரர்	Kadaikkaarar	Shopkeeper
6.	பொட்டலம்	Pottalam	Packet
7.	சிகரெட்	Cigarette	
8.	பீடி	Beedi	
9.	புகையிலை	Pugaiyilai	Tobacco
10.	விலை	Vilai	Price
11.	சில்லறை விலை	Sillarai Vilai	Retail Price
12.	மொத்தவிலை	Moththa Vilai	Wholesale price
13.	பணம்	Panham	Money
14.	கொடு	Kodu	Give
15.	பை	Pai	Bag
16.	மருந்து	Marundhu	Medicine

1. இந்த சாமான் என்ன விலை?
   Indha saamaan enna vilai?
   What is the price of this thing?

2. இங்கு சிகரெட் கிடைக்குமா?
   Ingu cigarette kidaikkumaa?
   Is cigarette available here?

3. ஒரு பாக்கெட் சிகரெட் கொடு.
   Oru packet cigarette kodu.
   Give me a packet of cigarette.

4. மற்ற சாமான்கள் எங்கே வாங்கலாம்?
   Matra saamaanhalh engae vaangalaam?
   Where can I purchase other things?

5. மருந்துக் கடை எங்கே இருக்கிறது?
   Marundhukkadai engae irukkiradhu?
   Where is the medical shop?

Tamil Nadu

The beautiful state of Tamil Nadu was founded 5000 years ago. It is home to some of the most magnificent sculptures and architectural wonders.

About 350 years ago, Tamilnadu's capital Chennai (earlier known as Madras) was created by the East India Company. When the British were in complete control of the city, after a decade's feud with the French, they expanded the city by encompassing the neighbouring villages Triplicane, Egmore, Purasawalkam and Chetput to form the city of Chennapatnam, now known as Chennai.

14. At the Temple

கோவிலில்

(Kovilil)

1.	கோவில்	Kovil	Temple
	கோயில்	Koyil	
2.	குருக்கள்	Kurukkalh	Priest
	அர்ச்சகர்	Archakar	
3.	அர்ச்சனை	Archanai, Poojai	Worship by offering flowers, coconut, plantains, Betel leaves etc.
4.	காணிக்கை	Kaanhikkai	Offering
5.	உண்டி	Undi	Hundi
6.	சிலை	Silai	Statue
7.	சன்னதி	Sannadhi	Worshipping place adjacent to the Sanctum - Sanctorium
8.	சுவாமி	Swami	Main Deity God
9.	அம்மன்	Amman	Main Deity Goddess

10. பிரகாரம்	Prakaaram	Corridor
11. வாகனம்	Vaahanam	Vehicle
12. அபிஷேகம்	Abhishekam	Holy bath to God
13. பிரசாதம்	Prasaadham	Holy food offered to God
14. விபூதி	Vibhoothi	Holy ash
15. குங்குமம்	Kunkumam	Holy red powder
16. தீர்த்தம்	Theertham	Holy water
17. கும்பிடு	Kumbidu	Worship with folded hands
18. நமஸ்காரம்	Namaskaaram	Worship by lying on the floor (face downward)
19. தீபாராதனை	Dheepa-araadhanai	A cluster of oil lamps shown before God
20. சூடம்	Soodam	Camphor
21. கோபுரம்	Gopuram	Tower
22. தரிசனம்	Dharisanam	Holy sight

1. சுவாமிக்கு அர்ச்சனை செய்ய வேண்டும்.
   Swamikku Archanai Seyya Vendum.
   I want to perform the 'Archana' to God.

2. அம்மனுக்கு அர்ச்சனை செய்ய வேண்டும்.
   Ammanukku Archanai Seyya Vendum.
   I want to perform the 'Archana' to Goddess.

77

3. குருக்களே, அபிஷேகம் செய்யலாமா?
Kurukkalae, Abhishaekam Seyyalaamaa?
Dear priest, can the 'Abhishekam' be performed?

4. அர்ச்சனை சீட்டு எங்கே கிடைக்கும்?
Archanai Cheetu Engae Kidaikkum?
Where can I get the Archana Ticket?

5. இந்த கோவிலை யார் கட்டினார்?
Indha Kovilai Yaar Kattinaar?
Who built this temple?

6. கோவில் எப்போது திறக்கும்?
Kovil Eppohdhu Thirakkum?
When will this temple be open?

7. எனக்கு பிரசாதம் வேண்டும்.
Enakku Pirasaadam Vaendum.
I want the Holy food.

8. குருக்களே, விபூதி கொடுங்கள்.
Kurukkalae, Vibhoothi Kodungalh.
Dear priest, please give me the holy ash.

9. குங்குமம் கொடுங்கள்.
Kungumam Kodungalh.
Please give me the holy red powder.

10. Pooja offerings.

1.	தேங்காய்	Thengaai	Coconut
2.	வாழைப்பழம்	Vaazhaipazham	Plantain fruit
3.	பூ	Poo	Flower
4.	வெற்றிலை	Vetrilai	Betel leaf

5.	பாக்கு	Paakku	Betelnut
6.	மாலை	Maalai	Garland

11. Prasadams:

1.	பொங்கல்	Pongal	Cooked rice (saltish)
2.	சர்க்கரைப் பொங்கல்	Sarkarai Pongal	Cooked rice (sweetish)
3.	புளியோதரை	Puliyohdharai	Cooked rice (Tamarind mixed)
4.	தயிர்சாதம்	Thayir Saadham	Cooked rice (Curd mixed)

12. Some eatables available in the temple:

1.	வடை	Vadai	2.	முறுக்கு	Murukku
3.	சுண்டல்	Sundal	4.	லட்டு	Laddu
5.	அதிரசம்	Adhirasam			
6.	பஞ்சாமிர்தம்	Panjaamirdham			

13. Other places of religious worship:

1.	மசூதி	Masoodhi	Mosque
2.	பள்ளிவாசல்	Pallhivaasal	Madarsa
3.	மாதாகோவில்	Maadha Kovil	Church
4.	குருத்வாரா	Gurudhwara	Gurudwara (Sikh shrine)
5.	புத்தவிஹாரம்	Buddha Vihaaram	Buddhist shrine
6.	சமணப்பள்ளி (ஜைன ஆலயம்)	Samanhappallhi	Jain Temple

15. At the Railway Station
ரயில் நிலையத்தில்
(Rayil Nilayathil)

1. டிக்கெட் கொடுக்கும் இடம் எது?
   Ticket Kodukkum Idam Edhu?
   Where is the ticket counter?

2. பிளாட்பாரம் எங்கே இருக்கிறது?
   Platform Engae Irukkiradhu?
   Where is the platform?

3. இந்த ரயில் எத்தனை மணிக்குப் புறப்படும்?
   Indha Rayil Eththanai Manikku Purrapadum?
   What is the departrue time of this train?

4. போர்ட்டர், என் சாமான்களை எடுத்துக் கொள்.
   Porter, En Saamaanhalai Eduthukkolh.
   Porter, lift my belongings.

5. போர்ட்டர், கூலி எவ்வளவு?
   Porter, Cooli Evvalhavu?
   Porter, how much do you charge?

6. மூன்று ரூபாய் தருவேன்.
   Moondru Roobaai Tharuvaen.
   I will pay three rupees.

7. அதற்கு மேல் தர மாட்டேன்.
    Adharkku Mael Thara Maattaen.
    I won't pay more than that.

8. பெட்டியை கவனமாகத் தூக்கு.
    Pettiyai Gavanamaaha Thookku.
    Lift my box carefully.

9. உள்ளே கண்ணாடி இருக்கிறது, உடைந்து விடும்.
    Ullay Kannhaadi Irukkiradhu, Udaindhu vidum.
    There is glass inside, it may break.

10. படுக்கையை இங்கே வை.
    Padukkaiyai Ingae vai.
    Keep the bedding here.

11. மெள்ளப் போ, என்ன அவசரம்?
    Mella poh, Enna Avasaram?
    Go slow, why hurry?

12. முதல் வகுப்பு ரிஸர்வேஷன் எங்கே?
    Mudhal Vahuppu Reservation Engae?
    Where is the first class reservation done?

13. முதல் வகுப்பு பயணிகள் தங்குமிடம் எது?
    Mudal Vahuppu Payanihalh Thangumidam Edhu?
    Which is the waiting room for I class passengers?

14. என் சாமான்களை டாக்ஸியில் வை.
    En Saamaangalai Taxiyil vai.
    Keep my things in a taxi.

15. ராமேஸ்வரம் போகும் ரயில் எந்த பிளாட்பாரத்தில் வரும்?
Rameswaram poahum Rayil Endha Platfaaraththil Varum?
In which platform will the train bound for Rameshwaram arrive?

16. காண்டீன் போக எது வழி?
Canteen Poaha Edhu vazhi?
Which is the way for Canteen?

17. இங்கே தங்க ரூம் கிடைக்குமா?
Ingay Thanga Room Kidaikkumaa?
Can I get a room here to stay?

18. வாடகை எவ்வளவு?
Vaadagai Evvalhavu?
How much is the rent?

19. மதுரைக்கு எத்தனை மணிக்கு வண்டி?
Madhuraikku Eththanai Manikku Vandi?
At what time is the train for Madurai?

20. சாமான்கள் வைக்க க்ளோக் ரூம் எங்கே?
Saamaanhal Vaikka Cloak Room Engae?
Where is the cloak room?

21. மகாபலிபுரத்துக்கு ரயில் உண்டா?
Mahabalipuraththukku Rayil Undaa?
Is there train for Mahabalipuram?

22. எக்மோரிலிருந்து சென்ட்ரலுக்கு எந்த வண்டி?
Egmorilirundhu Centralukku Endha Vandi?
Which is the train from Egmore to Central?

23. பாத்ரூம் எங்கே ?
    Bath Room Engae?
    Where is the bathroom?

24. திருச்சிக்கு ஒரு டிக்கெட் கொடுங்கள்.
    Thiruchikku Oru Ticket Kodungalh.
    Give me a ticket for Trichy.

25. டிக்கெட் சார்ஜ் எவ்வளவு?
    Ticket charge Evvalhavu?
    How much is the ticket fare?

26. டெலிபோன் பூத் எங்கே இருக்கிறது?
    Telephone Booth Engae Irukkiradhu?
    Where is the telephone booth?

27. பக்கத்தில் அஞ்சலகம் இருக்கிறதா ?
    Pakkaththil Anjalaham Irukkiradhaa?
    Is there any post office nearby?

28. தள்ளுவண்டி எங்கே கிடைக்கும் ?
    Thallhu Vandi Engae Kidaikkum?
    Where can I get a trolley?

16. At the Hotel
ஹோட்டலில்
(Hottalil)

1. ஒரு பிளேட் இட்லி கொண்டு வா.
   Oru plate Idli Kondu Vaa.
   Get me a plate of Idly.

2. சாம்பார், சட்னி இரண்டும் வேண்டும்.
   Sambaar, Chatni Irandum Vaendum.
   I want both saambaar and chatni.

3. மசாலா தோசை இருக்கிறதா?
   Masala Dosai Iruckiradhaa?
   Is Masala Dosa available?

4. ஒரு கப் காபி கொடு.
   Oru Cup Coffee Kodu.
   Give me a cup of coffee.

5. இந்த மேஜையை துடை.
   Indha Mejaiyai Thudai.
   Clean this table.

6. என்ன டிபன்?
   Enna Tiffan?
   What tiffin?

7. ஒரு சாப்பாடு என்ன விலை?
Oru Saappaadu Enna Vilai?
What is the cost of one meal?

8. சாப்பாடு தயாரா?
Saappaadu Thayaaraa?
Meals ready?

9. எங்கே கை அலம்புவது?
Engae Kai Alambuvadhu?
Where can I wash my hands?

10. இந்த ஹோட்டல் எத்தனை மணி வரை திறந்திருக்கும்?
Indha Hotel Eththanai Mani Varai Thirandhirukkum?
Upto what time this hotel will remain open?

11. இந்த ஹோட்டலில் சாப்பாடு உண்டா?
Indha Hotelil Saappaadu Undaa?
Can I get meals in this hotel?

12. ஊறுகாய் போடு.
Oorugai podu.
Get me pickles.

13. இன்னும் கொஞ்சம் ரசம்.
Innum Konjam Rasam.
Some more Rasam.

14. வடை தீர்ந்து விட்டதா?
Vadai Theerndhu Vittadhaa?
Are all Vadas sold?

15. அறை வாடகை எவ்வளவு?
Arhai Vaadahai Evvalhavu?
How much is the room rent?

16. முன் பணம் எவ்வளவு?
Mun Panham Evvalhavu?
How much is the advance?

17. எனக்கு காலையில் உப்புமா வேண்டும்.
Enakku Kaalaiyil Uppuma Vaendum.
I want Uppumaa for my breakfast.

18. அறையில் டெலிபோன் வசதி உண்டா?
Araiyil Telephone Vasadhi Undaa?
Is there telephone facility in the room?

19. இரண்டு நாட்கள் மட்டுமே தங்க வேண்டும்.
Irandu Naatkalh Mattumae Thanga Vaendum
I am going to stay for two days only.

20. தண்ணீர் கொண்டு வா.
Thannheer Kondu Vaa.
Bring me some water.

Pongal Festival

While all Indian festivals are celebrated in Tamilnadu, the exciting local festival of **Pongal** — the four-day *Harvest Festival* — is celebrated all over the state in January. This festival begins on the last of the Tamil month with *Bhogi Pongal* followed by *Surya Pongal* on the next day. It is on this day that *Chakkarai Pongal*, a delicacy of harvested rice cooked with jaggery, ghee is offered to the Sun God. The third day, *Maattu Pongal* is dedicated to the cattle when cows are bathed and adorned with flowers. *Jallikkattu*, the bullfight is held on the last day.

17. At the Post Office
அஞ்சலகத்தில்
(Anjalahathil)

1.	அஞ்சல் தபால்	Anjal Thabaal	} Post or Mail
2.	அஞ்சலகம் தபாலாபீஸ்	Anjalaham Thabaal Office	} Post Office
3.	அட்டை	Attai	Card
4.	அஞ்சலட்டை தபால் கார்டு	Anjalattai Thabaal Card	} Post Card
5.	அஞ்சல் தலை தபால் தலை	Anjaal Thalai Thabaal thalai	} Postal stamp
6.	தபால்காரர்	Thabaalkaarar	Postman
7.	தபால் வண்டி	Thabaal vandi	Mailvan
8.	தந்தி	Thandhi	Telegram
9.	தபால்பெட்டி	Thabaalpetti	Post box

1. அஞ்சலகம் எங்கே இருக்கிறது?
Anjalaham engae iruckiradhu?
Where is the Post Office?

2. எனக்கு ஐந்து அஞ்சலட்டைகள் வேண்டும்.
   Enakku aindhu anjalattaihalh vaendum.
   I want five post cards.

3. தபால்காரர் எத்தனை மணிக்கு வருவார்?
   Thabaalkaarar eththanai manicku varuvaar?
   At what time will the post man come?

4. தபால் எத்தனை மணிக்கு எடுப்பார்கள்?
   Thabaal eththanai manicku edupaarhal?
   What is the time of clearance?

5. கட்டு எடுத்தாகி விட்டதா?
   Kattu eduththahi vittadhaa?
   Has the clearance been made?

6. தபாலில் அனுப்பு
   Thabalil anuppu.
   Send by post.

7. இதை பதிவுத் தபாலில் அனுப்ப வேண்டும்.
   Idhai padhivu thabaalil anuppa vaendum
   This has to be sent by Registered Post.

18. House
வீடு
Veedu

1.	உள்ளே	Ullhae	In, Inside
2.	வெளியே	Velhiyae	Out, outside
3.	அருகில்	Aruhil	Near
4.	சுற்றிலும்	Sutrilum	Around
5.	மாளிகை	Maalhihai	Mansion
6.	குடிசை	Kudisai	Hut
7.	அரண்மனை	Aranhmanai	Palace
8.	கோட்டை	Koattai	Fort
9.	குடில்	Kudil	Cottage
10.	கட்டடம்	Kattadam	Building
11.	அறை	Arhai	Room
12.	கதவு	Kadhavu	Door
13.	ஜன்னல்	Jannal	Window
14.	சுவர்	Suvar	Wall
15.	கூரை	Koorai	Roof
16.	கழிப்பறை	Kazhipparai	Latrine

17.	குளியலறை	Kulhiyalarai	Bathroom
18.	படுக்கையறை	Padukkaiyarai	Bedroom
19.	சரக்கறை	Sarakkarai	Storeroom
20.	உணவறை	Unhavarai	Dining room
21.	சமையலறை	Samayalarai	Kitchen
22.	வரவேற்பறை	Varavaerparai	Drawing room
23.	தோட்டம்	Thoattam	Garden
24.	வாசல்	Vaasal	Gate
25.	இல்லம்	Illam	Home
26.	கூடம்	Koodam	Hall
27.	படி	Padi	Step
28.	மாடி	Maadi	Storey
29.	தரை	Tharai	Floor
30.	முகப்பு	Muhappu	Entrance
31.	ஓடு	Oadu	Tile
32.	கொல்லை	Kollai	Backyard
33.	முற்றம்	Mutram	Courtyard
34.	கிணறு	Kinharu	Well
35.	விளக்கு	Vilhakku	Light

19. Fruits
பழங்கள்
Pazhangal

மாம்பழம்	Maampazham	Mango
மாதுளம்பழம்	Maadhulhampazham	Pomegranate
வாழைப்பழம்	Vazhaippazham	Plantain
முலாம்பழம்	Mulaam pazham	Melon
அன்னாசிப்பழம்	Annaasippazham	Pineapple
அத்திப்பழம்	Aththippazham	Fig
அக்ரூட்	Akroot	Walnut
ஆப்பிள்	Apple	Apple
ஆரஞ்சுப்பழம்	Orange pazham	Orange
இலந்தைப்பழம்	Elandhai pazham	peach
திராட்சைப்பழம்	Thiratchaippazham	Grapes
பலாப்பழம்	Palaappazham	Jackfruit
பப்பாளிப்பழம்	Pappalhippazham	Papaya
பம்பளிமாஸ்	Pumbalimass	Pumplemoses
எலுமிச்சம்பழம்	Elumichampazham	Lime
விளாம்பழம்	Vilhaampazham	Wood Apple
கொய்யாப்பழம்	Koyyaappazham	Guava
முந்திரிப்பழம்	Mundrippazham	Cashew fruit
சீத்தாப்பழம்	Seetha pazham	Custard
பேரீச்சம்பழம்	Paereecham pazham	Datefruit

20. Vegetables
காய்கறிகள்
KaaiKarigal

பீர்க்கங்காய்	Peerkangaai	Ribbed gourd
வெண்டைக்காய்	Vendaikkaai	Lady's finger
முருங்கைக்காய்	Murungaikkaai	Drumstick
கத்தரிக்காய்	Kaththarikkaai	Brinjal
பாகற்காய்	Paharkaai	Bittergourd
சுரைக்காய்	Suraikkaai	Bottle gourd
பூசணிக்காய்	Poosanhikkaai	Pumpkingourd
புடலங்காய்	Pudalangaai	Snakegourd
முள்ளங்கி	Mullhangi	Radish
முட்டைக்கோசு	Muttaikkosu	Cabbage
தக்காளி	Thakkaali	Tomato
வெள்ளரிக்காய்	Vellarikkai	Cucumber
காரட்	Kaarat	Carrot
கொத்தவரங்காய்	Koththavarangaai	Cluster Beans
வாழைக்காய்	Vazhaikaai	Green plantain

92

உருளைக்கிழங்கு	Urulhaikkizhangu	Potato
பரங்கிக்காய்	Parangikkaai	Pumpkin
அவரைக்காய்	Avaraikkaai	Sabre bean
சர்க்கரைவள்ளி கிழங்கு	Sarkkaraivallhi kizhangu	Sweetpotato
சேனைக்கிழங்கு	Senaikkizhangu	Yam
பலாக்காய்	Palaakkaai	Jack (raw)
மாங்காய்	Maangaai	Mango (raw)
தேங்காய்	Thengaai	Coconut
மிளகாய்	Milhahaai	Chillies
பீன்ஸ்	Beans	Beans
வெங்காயம்	Vengaayam	Onion

காலத்தி னாற்செய்த நன்றி சிறிதெனினும்
ஞாலத்தின் மாணப் பெரிது   (குறள் **102**)

kalaththi naarseidha nanri siridheninum
gnaalaththin maanap peridhu   (Kural 102)

A help rendered when most needed,
irrespective of the quantum, is larger than the
earth.

---

21. Directions
திசைகள்
Thisaihal

கிழக்கு	Kizhakku	East
மேற்கு	Maerku	West
வடக்கு	Vadakku	North
தெற்கு	Therku	South
வடகிழக்கு	Vadakizhakku	North East
வடமேற்கு	Vadamaerku	North West
தென்கிழக்கு	Then kizhakku	South East
தென்மேற்கு	Then Maerku	Southwest
வலப்பக்கம்	Valappakkam	Right side
இடப்பக்கம்	Idappakkam	LeftSide
மேலே	Maelae	Up, On
கீழே	Keezhae	Down, below
முன்னால்	Munnaal	In front of, before
பின்னால்	Pinnaal	Behind
உள்ளே	Ullhae	In
வெளியே	Velhiyae	Out
நடுவில்	Naduvil	In the Middle
ஓரம்	Ohram	Corner

22. Colours
நிறங்கள்
Nirangal

கறுப்பு	Karuppu	Black
வெண்மை	Vennhmai	White
மஞ்சள்	Manjalh	Yellow
பச்சை	Pachchai	Green
சிவப்பு	Sivappu	Red
ஆரஞ்சு	Orange	Orange
ஊதா	Oodhaa	Purple, Violet
நீலம்	Neelam	Blue
இளம்பச்சை	Ilhampachchai	Light Green
ரோஜா	Rojaa	Rose
இளம்சிவப்பு	Ilham Chivappu	Pink
நீலி	Neeli	Indigo
சாம்பல்	Saambal	Grey
பழுப்பு	Pazhuppu	Brown

23. Parts of the body
உடல் உறுப்புகள்
Udal Uruppuhal

உடல்/உடம்பு	Udal/Udambu	Body
தலை	Thalai	Head
நெற்றி	Netri	Forehead
முகம்	Muham	Face
கண்	Kannh	Eye
கண்மயிர்	Kannh mayir	Eye lash
புருவம்	Puruvam	Eyebrow
கண்மணி	Kannh Manhi	Eyeball
இமை	Imai	Eyelid
மண்டைஒடு	Mandai Ohdu	Skull
மூளை	Moolhai	Brain
காது	Kaadhu	Ear
மூக்கு	Mookku	Nose
மூக்குத்துவாரம்	Mookkudhuvaram	Nostril
வாய்	Vaai	Mouth
உதடு	Udhadu	Lip

நாக்கு	Naakku	Tongue
பல்	Pal	Tooth
ஈறு	Eeru	Gum
தாடை	Thaadai	Jaw
கன்னம்	Kannam	Cheek
முகவாய்க்கட்டை	Muhavaaikattai	Chin
கழுத்து	Kazhuthu	Neck
முதுகு	Muthuhu	Back
தொண்டை	Thondai	Throat
தோள்	Thoalh	Shoulder
மார்பு	Maarbu	Chest
பிடறி	Pidari	Back of the neck
இருதயம்	Irudhayam	Heart
நுரையீரல்	Nuraiyeeral	Lung
இரத்தம்	Iraththam	Blood
வயிறு	Vayiru	Belly (Stomach)
அடிவயிறு	Adi Vayiru	Abdomen
கை	Kai	Hand
உள்ளங்கை	Ullhangai	Palm of the Hand
முழங்கை	Muzhangai	Elbow
மணிக்கட்டு	Manikattu	Wrist
விரல்	Viral	Finger
கைப்பெருவிரல்	Kaipperuviral	Thumb
நகம்	Naham	Nail

புஜம்	Bujam	Arm
மூட்டு	Moottu	Joint
முலை	Mula	Breast
முலைக்காம்பு	Mulaikkaambu	Nipple
தொப்புள்	Thoppulh	Navel
இடுப்பு	Iduppu	Waist, Hip
மடி	Madi	Lap
கால்	Kaal	Leg
தொடை	Thodai	Thigh
ஆண்குறி	Aanhkuri	Penis
பெண்குறி	Penhkuri	Vagina
முழங்கால்	Muzhangaal	Knee
கணுக்கால்	Kanhukkaal	Ankle
குதிகால்	Kuthikaal	Heel
உள்ளங்கால்	Ullangaal	Sole of the Foot
கால்பெருவிரல்	Kaal peruviral	Great Toe
கால்விரல்	Kaal Viral	Toe
பாதம்	Paadham	Foot
நரம்பு	Narambu	Nerve
மயிர்	Mayir	Hair
எலும்பு	Elumbu	Bone
சிறுநீர்	Siruneer	Urine
மலம்	Malam	Faeces
வியர்வை	Viyarvai	Sweat

24. Animals
மிருகங்கள்
Miruhangal

சிங்கம்	Singam	Lion
புலி	Puli	Tiger
கரடி	Karadi	Bear
சிறுத்தை	Siruththai	Leopard
குரங்கு	Kurangu	Monkey
ஓநாய்	Ohnaai	Wolf
ஒட்டைச்சிவிங்கி	Ottaichivingi	Giraffe
யானை	Yaanai	Elephant
மான்	Maan	Deer
நரி	Nari	Jackal
பன்றி	Pandri	Pig
குதிரை	Kudhirai	Horse
பெண்குதிரை	Penkudhirai	Mare
காண்டாமிருகம்	Kandaamiruham	Rhinoceros
ஒட்டகம்	Ottaham	Camel
கழுதை	Kazhudhai	Ass/Donkey
கலைமான்	Kalaimaan	Stag

குள்ளநரி	Kullhanari	Fox
காட்டுப்பன்றி	Kaattuppandri	Boar
முள்ளம்பன்றி	Mullhampandri	Porcupine
கோவேறுகழுதை	Koverukazhuthai	Mule
நீர்யானை	Neeryaanai	Hippopotamus
மனிதக்குரங்கு	Manithakkurangu	Ape
கங்காரு	Kangaaru	Kangaru
பசு	Pasu	Cow
கன்றுக்குட்டி	Kandrukkutti	Calf
எருமை	Erumai	Buffalo
ஆடு	Aadu	Sheep
செம்மறிஆடு	Semmariyaadu	Ram
நாய்	Naai	Dog
பெண்நாய்	Penh Naai	Bitch
பூனை	Poonai	Cat
புனுகுப்பூனை	Punuhuppoonai	Sivet
முயல்	Muyal	Hare
எலி	Eli	Rat
சுண்டெலி	Sundeli	Mouse
கீரி	Keeri	Mongoose
அணில்	Anhil	Squirrel
தவளை	Thavalhai	Frog
ஆமை	Aaamai	Tortoise
எருது/காளை	Erudhu/Kaalhai	Bull / Ox

25. Birds
பறவைகள்
Paravaigal

மயில்	Mayil	Peacock
குருவி	Kuruvi	Sparrow
கிளி	Kilhi	Parrot
புறா	Puraa	Dove, Pigeon
வாத்து	Vaaththu	Duck
கழுகு	Kazhuhu	Vulture
பருந்து	Parundhu	Kite
காகம்	Kaaham	Crow
குயில்	Kuyil	Cuckoo
சேவல்	Saeval	Cock
பெட்டைக்கோழி	Pettai Kozhi	Hen
அன்னம்	Annam	Swan
ஆந்தை	Aandhai	Owl
கொக்கு	Kokku	Stork
நாரை	Naarai	Crane
கௌதாரி	Koudhari	Partridge

வானம்பாடி	Vanambaadi	Lark
ஆண்வாத்து	Aanh Vaathu	Drake
நெருப்புக்கோழி	Neruppu kozhi	Ostrich
மரங்கொத்தி	Marangoththi	Wood pecker
மீன்கொத்தி	Meenkoththi	King Fisher
வான்கோழி	Vaan Kozhi	Turkey

Thirukkural and Thiruvalluvar

Thiruvalluvar, the poet and philosopher of Tamil Nadu, belongs to the first century B.C. (31 BC). *Thirukkural* contains 133 chapters on different aspects of life, and each chapter consists of ten couplets. Each couplet is called Kural-Venhba (KURAL).

Thirukkural has been divided into three parts, of which the first deals with **Aram** (VIRTUE), the moral values of Life, the second discusses **Porulh** (WEALTH), socio-economic values of Life, and the third on **Kaamam** (LOVE), depicts the psychological values of Life. There are 38 chapters in the first part, 70 chapters in the second part and 25 chapters in the third part. In the third part, Thiruvalluvar plays the role of creative artist. But in the first two parts, we find Thiruvalluvar as a moral philosopher and political scientist. Only in the third part, Thiruvalluvar portrays the fascinating aspects of lovers.

The Tamil Nadu government has installed a statue of Thiruvalluvar in Kanyakumari. This 133 ft. high statue is situated on the sea.

26. Reptiles & Insects
ஊர்வன, பூச்சிகள்
Oorvana, Poochigal

தேள்	Thaelh	Scorpion
தேனீ	Thaenee	Bee
கொசு	Kosu	Mosquito
எறும்பு	Erumbu	Ant
பாம்பு	Paambu	Snake/Serpent
கட்டுவிரியன்	Kattuvirian	Adder/Viper
ஈ	Ee	Fly
வெட்டுக்கிளி	Vettukkilhi	Grasshopper
புழு	Puzhu	Worm
கம்பளிப்பூச்சி	Kambalhipoochi	Caterpillar
மின்மினிப்பூச்சி	Minminipoochi	Glowworm
பல்லி	Palli	Lizard
நல்ல பாம்பு	Nallapaambu	Cobra
தேரை	Thaerai	Toad
பூரான்	Pooraan	Centipede
சிலந்தி	Silandhi	Spider
குளவி	Kulhavi	Wasp
முதலை	Mudhalai	Crocodile
நத்தை	Naththai	Snail
கரப்பு	Karappu	Cockroach

27. Different Professionals
தொழிலாளர்
Thozhilaalhar

உழவர்	Uzhavar	Farmer
வாணியர்	Vaanhiyar	OilMonger
குயவர்	Kuyavar	Potter
தையல்காரர்	Thaiyalkaarar	Tailor
தச்சர்	Thachchar	Carpenter
சேணியர்	Saeniyar	Weaver
கொத்தர்	Koththar	Mason
வேடர்	Vaedar	Hunter
செம்படவர்	Sembadavar	Fisher man
இடையர்	Idayar	Shepherd
பால் விற்பவர்	Paal Virpavar	Milkman
வண்ணார்	Vannhaar	Washerman
சமையல்காரர்	Samaiyalkaarar	Cook
புத்தகம் தைப்பவர்	Putthaham Thaippavar	Book Binder
ஆசிரியர்	Aasiriyar	Teacher

மருந்தர்	Marundhar	Physician
மருத்துவர்	Maruththuvar	Doctor
கலைஞர்	Kalaignar	Artist
மருந்து விற்பவர்	Marundhu virpavar	Druggist
நகை வணிகர்	Nahai vanhihar	Jeweller
நிறப்பூச்சாளர்	Nira poochchalar	Painter
அச்சடிப்பவர்	Achadippavar	Printer
வழக்கறிஞர்	Vazhakkarignar	Lawyer
வழக்குரைஞர்	Vazhakkuraignar	Advocate
பொறியாளர்	Poriyaalhar	Engineer
கட்டட வல்லுனர்	Kattada Vallunar	Architect
அதிகாரி/ அலுவலர்	Adhikaari/ Aluvalar	Officer/ Executive
ஓவியர்	Ohviyar	Artiste
சிற்பி	Sirpi	Sculptor
பாடகர்	Paadahar	Musician
நாட்டியக்காரர்	Nattiyakkaarar	Dancer
பேராசிரியர்	Paeraasiriyar	Professor
விரிவுரையாளர்	Virivuraiyaalhar	Lecturer
பேச்சாளர்	Paechchaalhar	Speaker
சொற்பொழிவாளர்	Sorpozhivaalhar	Orator

28. Numerals
எண்கள்
Enngal

ஒன்று	Ondru	One
இரண்டு	Erandu	Two
மூன்று	Moondru	Three
நான்கு	Naangu	Four
ஐந்து	Aindhu	Five
ஆறு	Aaru	Six
ஏழு	Aezhu	Seven
எட்டு	Ettu	Eight
ஒன்பது	Onbadhu	Nine
பத்து	Paththu	Ten
பதினொன்று	Pathinondru	Eleven
பன்னிரெண்டு	Pannirendu	Twelve
பதின்மூன்று	Pathinmoondru	Thirteen
பதினான்கு	Pathinaangu	Fourteen
பதினைந்து	Pathinaindhu	Fifteen
பதினாறு	Pathinaaru	Sixteen

பதினேழு	Pathinaezhu	Seventeen
பதினெட்டு	Pathinettu	Eighteen
பத்தொன்பது	Paththonbadhu	Nineteen
இருபது	Irubadhu	Twenty
இருபத்தொன்று	Irubaththondru	Twenty one
பத்து	Paththu	Ten
இருபது	Irubadhu	Twenty
முப்பது	Muppadhu	Thirty
நாற்பது	Naarpadhu	Forty
ஐம்பது	Aimpadhu	Fifty
அறுபது	Arubadhu	Sixty
எழுபது	Ezhubadhu	Seventy
எண்பது	Enhbadhu	Eighty
தொண்ணூறு	Thonnhooru	Ninety
நூறு	Nooru	Hundred
ஆயிரம்	Aayiram	Thousand
பத்தாயிரம்	Paththaayiram	Ten thousand
இலட்சம்	Ilatcham	Lakh
பத்து லட்சம்	Pathu Ilatcham	Ten lakhs
கோடி	Kohdi	Crore
முதலாவது	Mudhalaavadhu	First
இரண்டாவது	Irandaavadhu	Second

மூன்றாவது	Moondraavadhu	Third
நான்காவது	Naangaavadhu	Fourth
ஐந்தாவது	Aindhaavadhu	Fifth
ஆறாவது	Aaraavadhu	Sixth
ஏழாவது	Aezhaavadhu	Seventh
எட்டாவது	Ettaavadhu	Eighth
ஒன்பதாவது	Onbadhaavadhu	Ninty
பத்தாவது	Paththaavadhu	Tenth
பதினொன்றாவது	Pathinondraavadhu	Eleventh
பன்னிரெண்டாவது	Pannirendaavadhu	Twelfth
பதின்மூன்றாவது	Padhinmoondraa-vadhu	Thirteenth
பதினான்காவது	Padhinaangaavadhu	Fourteenth
பதினைந்தாவது	Padhinaindhaavadhu	Fifteenth
பதினாறாவது	Padhinaraavadhu	Sixteenth
பதினேழாவது	padhinaezhaavadhu	Seventeenth
பதினெட்டாவது	Padhinettaavadhu	Eighteenth
பத்தொன்பதாவது	Paththonbadhaa-vadhu	Nineteenth
இருபதாவது	Irubadhaavadhu	Twentieth
ஒருதரம்	Oru Tharam	Once
இரண்டுதரம்	Iru Tharam	Twice
மூன்றுதரம்	Moondru Tharam	Thrice

108

நாள்தோறும்	Naalh Dhorum	Daily
வாரம்தோறும்	Vaaram Dhorum	Weekly
மாதம்தோறும்	Madham Dhorum	Monthly
ஆண்டுதோறும்	Aanhdu Dhorum	Yearly
வருடாவருடம்	Varudaa Varudam	Annual
ஆண்டுவிழா	Aanhdu Vizha	Anniversary
பத்தாண்டு	Paththaanhdu	Decade
இருபத்தைந்து ஆண்டுநிறைவு	Irubathaindhu Aanhduniraivu	Silver Jubilee
ஐம்பதாண்டு நிறைவு	Aimbadhaanhdu niraivu	Golden Jubilee
எழுபத்தைந்து ஆண்டுநிறைவு	Ezhubaththaindhu aanhdu niraivu	Diamond Jubilee
நூற்றாண்டு	Nootraanhdu	Centenary
பிறந்தநாள்	Pirandhanaalh	Birthday

109

29. Trees
மரங்கள்
Marangal

வாழை மரம்	Vaazhai Maram	Plantain tree
மா மரம்	Maa Maram	Mango tree
அத்தி மரம்	Aththi Maram	Fig tree
ஆல மரம்	Aala Maram	Banian tree
வேப்ப மரம்	Vaeppa Maram	Margosa tree
தென்னை மரம்	Thennai Maram	Coconut tree
பனை மரம்	Panai Maram	Palmyra tree
தேக்கு மரம்	Thaekku Maram	Teak wood
அரச மரம்	Arasa Maram	Peepul tree
சந்தனமரம்	Chandana Maram	Sandalwood
பலா மரம்	Palaa Maram	Jack tree
விலா மரம்	Vila Maram	Wood apple tree
கொய்யா மரம்	Koyyaa Maram	Guava tree
பாக்குமரம்	Paakku Maram	Arecanut tree

கரும்பு	Karumbu	Sugarcane
புளிய மரம்	Pulhia Maram	Tamarind tree
ஈச்ச மரம்	Eechcha Maram	Date Palm
மூங்கில்	Moongil	Bamboo
கருங்காலி	Karungaali	Black wood
எலுமிச்சை மரம்	Elumichchai maram	Lime tree
தோப்பு	Thoappu	Estate
தோட்டம்	Thoattam	Garden
பூங்கா	Poongaa	Park
காடு/வனம்	Kaadu/Vanam	Forest/Jungle

Precious Stones — நவரத்தினங்கள்

வைரம்	Vairam	Diamond
கோமேதகம்	Komedhaham	Sardonyx
புட்பராகம்	Putparaham	Topaz
மரகதம்	Marahadham	Emerald
நீலம்	Neelam	Sapphire
கெம்பு	Kembu	Ruby
முத்து	Muththu	Pearl
வைடூரியம்	Vaidooriam	Lapis lazuli
பவளம்	Pavalham	Coral

30. Minerals
தாதுப்பொருள்கள்
Thathu Porulhal

தங்கம்	Thangam	Gold
வெள்ளி	Vellhi	Silver
இரும்பு	Irumbu	Iron
பித்தளை	Piththalhai	brass
செம்பு	Chembu	Copper
துத்தநாகம்	Thuththanaham	Zinc
வைரம்	Vairam	Diamond
ஈயம்	Eeyam	Lead
வெண்கலம்	Venhkalam	Bell Metal
கந்தகம்	Kandhaham	Primstone
எஃகு	Ehhu	Steel
மயில்துத்தம்	Mayilthuththam	Copper Sulphate
தகரம்	Thaharam	Tin
பாதரசம்	Paatharasam	Mercury
வெண்காரம்	Venhkaaram	Boraz
நிலக்கரி	Nilakkari	Coal
மண்ணெண்ணெய்	Mannhennai	Kerosene
உப்பு	Uppu	Salt

31. Grocery
பலசரக்கு
Pala Sarakku

மிளகாய்	Milhahaai	Chillies
புளி	Pulhi	Tamarind
வெங்காயம்	Vengaayam	Onion
வெள்ளைப் பூண்டு	Vellaip Poondu	Garlic
மிளகு	Milahu	Pepper
இஞ்சி	Inji	Ginger
மல்லி	Malli	Coriander
மஞ்சள்	Manjalh	Turmeric
கசகசா	Kasakasa	Poppy seeds
உப்பு	Uppu	Salt
கடுகு	Kaduhu	Mustard
பயறு	Payaru	Green gram
உளுந்து	Ulhundhu	Blackgram
துவரம்பருப்பு	Thuvaram Paruppu	Red gram
சோளம்	Cholham	Maize
கேழ்வரகு	Kezhvarahu	Ragi

மொச்சை	Mochchai	Beans
கோதுமை	Gohdhumai	Wheat
அரிசி	Arisi	Rice
பட்டாணி	Pattaanhi	Peas
எண்ணெய்	Ennhei	Oil
நல்லெண்ணெய்	Nallennhei	Gingili Oil
தேங்காய் எண்ணெய்	Thengai Ennhei	Coconut oil
கடலை எண்ணெய்	Kadalai Ennhei	Groundnut oil
நெல்	Nel	Paddy
வெண்ணெய்	Vennhei	Butter
வெல்லம்	Vellam	Jaggery
சர்க்கரை	Sarkarai	Sugar
ஏலக்காய்	Aelakkaai	Cardamom
மோர்	Moar	Buttermilk
கிராம்பு	Kiraambu	Cloves
குங்குமப்பூ	Kungumappoo	Saffron
சோப்பு	Soappu	Soap
சீப்பு	Seeppu	Comb
பெருங்காயம்	Perungaayam	Asafoetida
சீரகம்	Cheeragam	Cummin seed
சோம்பு	Soambu	Aniseed

32. Months, Days, Seasons and Planets
மாதங்கள், நாள்கள் பருவங்கள், கோள்கள்

i) **Tamil Months—தமிழ் மாதங்கள்—Thamizh Maadhangalh**

சித்திரை	Chiththirai
வைகாசி	Vaikaasi
ஆனி	Aani
ஆடி	Aadi
ஆவணி	Aavanhi
புரட்டாசி	Purattaasi
ஐப்பசி	Aippasi
கார்த்திகை	Kaarthihai
மார்கழி	Maarhazhi
தை	Thai
மாசி	Maasi
பங்குனி	Panguni

ii) Days—நாள்கள் / கிழமைகள்—Naalhgalh / Kizhamaihalh

ஞாயிறு	Jnaayiru	Sunday
திங்கள்	Thingalh	Monday
செவ்வாய்	Sevvaai	Tuesday
புதன்	Budhan	Wednesday
வியாழன்	Viyaazhan	Thursday
வெள்ளி	Vellhi	Friday
சனி	Sani	Saturday

iii) Seasons—பருவங்கள்—Paruvangalh

வஸந்த காலம்	Vasantha kaalam	Spring
கோடை காலம்	Koadai kaalam	Summer
இலையுதிர் காலம்	Ilaiyudhir kaalam	Autumn
குளிர் காலம்	Kulhir kaalam	Winter

iv) Planets—கோள்கள்—Koalhgalh

சூரியன்	Soorian	Sun
சந்திரன்	Chandiran	Moon
செவ்வாய்	Sevvaai	Mars
புதன்	Budhan	Mercury
குரு/வியாழன்	Guru/Viyaazhan	Jupiter
சுக்கிரன்/வெள்ளி	Sukkiran/Vellhi	Venus
சனி	Sani	Saturn
நெப்டியூன்	Neptune	Neptune
புளூட்டோ	Pluto	Pluto
ராகு	Raahu	
கேது	Kaethu	

(The last two are supposed to devour the sun or moon during an eclipse.)

33. Sounds of Birds and Animals
பறவைகள், விலங்குகளின் ஒலிகள்

மிருகம் / பறவை Animal / Bird	ஒலிகள் Sound
1. காகம் Kaaham	கரையும் Karaiyum
2. குயில் Kuyil	கூவும் Koovum
3. வானம்பாடி Vaanambadi	பாடும் Paadum
4. மயில் Mayil	அகவும் Ahavum
5. எலி Eli	கீச்சிடும் Keechchidum
6. பசு Pasu	கத்தும் Kaththum
7. கழுதை Kazhudhai	கத்தும் Kaththum
8. நாய் Naai	குரைக்கும் Kuraikkum

9.	குதிரை Kudhirai	கனைக்கும் Kanaikkum
10.	பன்றி Pandri	உறுமும் Urumum
11.	யானை Yaanai	பிளிறும் Pilhirum
12.	நரி Nari	ஊளையிடும் Oolhaiyidum
13.	சிங்கம் Singam	முழங்கும் Muzhangum
14.	குரங்கு Kurangu	கீச்சிடும் Keechidum
15.	கிளி Kilhi	கொஞ்சும் Konjum
16.	பாம்பு Paambu	சீறும் Seerum
17.	ஆந்தை Aandhai	அலறும் Alarum
18.	புறா Puraa	குறுகுறுக்கும் Kurukurukkum
19.	புலி Puli	உறுமும் Urumum

34. Group Names
குழுப்பெயர்கள்

i) குழுக்கள்—Kuzhu

மாணவர் குழு	Maanhavar kuzhu A batch of students	
நிர்வாகக் குழு	Nirvaahak kuzhu Managing Committee	
குழு உறுப்பினர்	Kuzhu Uruppinar Committee Member	
இசைக்குழு	Isaik kuzhu Music Party	
நடனக்குழு	Nadanak kuzhu Dance Group	

ii) படை—Padai

தரைப்படை	Tharaip Padai	Army
கடற்படை	Kadar Padai	Navy
வான்படை	Vaan Padai	Airforce
தொண்டர் படை	Thondar Padai	Volunteer Force

119

iii) குலை—Kulai

பழக்குலை	Pazhak Kulai	A bunch of fruits

iv) கொத்து—Koththu

சாவிக்கொத்து	Chaavik Koththu	A bunch of keys
மலர்க்கொத்து	Malark Kothu	A bouque

v) கூட்டம்—Koottam

மக்கள் கூட்டம்	Makkalh Koottam	
	A crowd of people	
தீவுக்கூட்டம்	Theevuk Koottam	
	A cluster of islands	

vi) மந்தை—Mandhai

ஆட்டு மந்தை	Aattu Mandhai	A flock of sheep
கால்நடை மந்தை	Kaalnadai Mandhai	A drove of cattle

vii) கும்பல்—Kumbal

திருடர் கும்பல்	Thirudar Kumbal	
	A gang of thieves	
தீவிரவாதக் கும்பல்	Theeviravaadhak Kumbal	
	A gang of terrorists	

viii) கட்டு—Kattu

சீட்டுக்கட்டு	Cheettuk Kattu	
	A pack of playing cards	

பணக்கட்டு	Panhak Kattu A bunch of currency	

ix) வரிசை—Varisai

பெண் வரிசை	Penh Varisai	A row of women
ஆண் வரிசை	Aanh Varisai	A row of men

x) அணி—Anhi

விளையாட்டு வீரர் அணி	Vilhaiyaattu Veerar Anhi	A team of players
எதிர் அணி	Edhir Anhi	Rival team

xi) கட்சி—Katchi

காங்கிரஸ் கட்சி	Congress Katchi The Congress Party
பாரதிய ஜனதா கட்சி	Bharathiya Janatha Katchi Bharatiya Janata Party
பொதுவுடைமைக் கட்சி	Podhuvudaimai Katchi Communist Party

35. Tenses
காலங்கள்
Kaalangalh

1. **Past Tense—இறந்த காலம்**

நான் போனேன்.
I went.

நீ போனாய்.
You went.

அவன் போனான்.
He went.

அவள் போனாள்.
She went.

நாங்கள் உணவு உண்டோம்.
We ate food.

நீங்கள் புத்தகம் படித்தீர்கள்.
You read the book.

நான் தண்ணீர் குடித்தேன்.
I drank water.

அவன் பாம்பைக் கொன்றான்.
He killed the snake.

2. Past continuous—தொடர் இறந்த காலம்

நான் போய்க் கொண்டிருந்தேன்.
I was going.

நீ போய்க் கொண்டிருந்தாய்.
You were going.

அவன் போய்க் கொண்டிருந்தான்.
He was going.

நாங்கள் போய்க் கொண்டிருந்தோம்.
We were going.

அவர்கள் போய்க் கொண்டிருந்தார்கள்.
They were going.

அவள் போய்க் கொண்டிருந்தாள்.
She was going.

3. Past Perfect—முழு இறந்த காலம்

மோகன் வந்திருந்தான்.
Mohan had come.

நான் போயிருந்தேன்.
I had gone.

நீ போய் விட்டாய்.
You had gone.

அவன் படித்து விட்டான்.
He had read.

நாங்கள் சாப்பிட்டு விட்டோம்.
We had eaten.

123

அவர்கள் மலரைப் பறித்து விட்டார்கள்.
They had plucked the flower.

அவன் நினைத்திருந்தான்.
He had thought.

நாங்கள் சொல்லியிருந்தோம்.
We had spoken.

1. Present Tense—நிகழ்காலம்

நான் போகிறேன்.
I go.

நீ போகிறாய்.
You go. (singular)

அவன் போகிறான்.
He goes.

அவள் போகிறாள்.
She goes.

அது போகிறது.
It goes.

நீங்கள் போகிறீர்கள்.
You go. (plural)

2. Present Continuous: தொடர் நிகழ்காலம்

நான் வந்து கொண்டிருக்கிறேன்.
I am coming.

நீ வந்து கொண்டிருக்கிறாய்.
You are coming.

124

அவள் பாடிக் கொண்டிருக்கிறாள்.
She is singing.

அவர்கள் ஆடிக் கொண்டிருக்கிறார்கள்.
They are dancing.

அவை ஓடிக் கொண்டிருக்கின்றன.
They are running.

3. Present Perfect—முழு நிகழ்காலம்

நான் வைத்திருக்கிறேன்.
I have kept.

நீ வந்திருக்கிறாய்.
You have come. (singular)

நாங்கள் போயிருக்கிறோம்.
We have gone.

நீங்கள் வந்திருக்கிறீர்கள்.
You have come. (plural)

அவர்கள் சாப்பிட்டிருக்கிறார்கள்.
They have eaten.

அவன் வாங்கியிருக்கிறான்.
He has bought.

அவள் மறந்திருக்கிறாள்.
She has forgotten.

1. Future Tense—எதிர்காலம்

நான் போவேன்.
I will go.

நான் அவனை நாளை சந்திப்பேன்.
I will meet him tomorrow.

நீ நாளை எனக்குத் தருவாய்.
You will give me tomorrow.

அவன் நாளை பள்ளி செல்வான்
He will go to school tomorrow.

அவர்கள் நாளை படிப்பார்கள்.
They will read tomorrow.

கமலா ரொட்டி சாப்பிடுவாள்.
Kamala will eat bread.

2. **Future Continuous—தொடர் எதிர்காலம்**

நான் போய்க் கொண்டிருப்பேன்.
I will be going.

நீங்கள் படித்துக் கொண்டிருப்பீர்கள்.
You will be reading.

அவன் வந்து கொண்டிருப்பான்.
He will be coming.

குதிரை ஓடிக் கொண்டிருக்கும்.
The horse will be running.

நீங்கள் விளையாடிக் கொண்டிருப்பீர்கள்.
You will be playing. (plural)

அவர்கள் பார்த்துக் கொண்டிருப்பார்கள்.
They will be looking.

3. Future Perfect—முழு எதிர்காலம்

நான் நாளை இந்நேரம் சென்னை போயிருப்பேன்.
I will have gone to Chennnai by this time tomorrow.

அவள் கடிதம் எழுதியிருப்பாள்.
She will have written the letter.

நீ அப்போது வீடு வந்திருப்பாய்.
You will have come home by then.

4. Future Doubtful—ஐயப்பாட்டு எதிர்காலம்

அவன் இப்போது வரலாம்.
He may come just now.

அவர்கள் உடனே போகக்கூடும்.
They may go immediately.

நாளை கடிதம் வரலாம்.
The letter may come tomorrow.

You might have by now noticed the change in verbs according to the person, number and tesne in which they are used. It may be understood that a complete verb itself in Tamil can denote the subject, the number and the tense. For instance the verb படிக்கிறேன் will itself denote that the subject is நான் (First person), the number is singular and the tense is present. If we change the verb as படிக்கிறாள், it will denote that the subject is அவள் (III person feminine), the number and the tense being the same. In short it can be said that a complete verb in Tamil will itself give the effect of a sentence.

Exercise

Find out the tense in the following sentences:

1. நான் பேசுகிறேன்.
2. நான் கடிதம் எழுதுகிறேன்.
3. அவன் அங்கே போனான்.
4. நீங்கள் விளையாடிக் கொண்டிருக்கிறீர்கள்.
5. அவள் கனவு கண்டிருக்கிறாள்.
6. நான் தூங்கி விட்டேன்.
7. மழை பெய்து கொண்டிருக்கிறது.
8. நாங்கள் வந்திருக்கிறோம்.
9. மோகன் படித்து விட்டான்.
10. அவள் படித்துக் கொண்டிருந்தாள்.
11. நீ இங்கே வந்திருப்பாய்.
12. அவன் நாளை இங்கே வருவான்.
13. கண்ணன் நாளை ரயிலில் போய்க் கொண்டிருப்பான்.
14. அவர்கள் வரக்கூடும்.

Answers:

1. Present.
2. Present
3. Past.
4. Present Continuous
5. Present Perfect.
6. Past Perfect.
7. Present Continuous.
8. Present Perfect.
9. Past Perfect.
10. Past Continuous.
11. Future Perfect.
12. Future.
13. Future Continuous.
14. Future doubtful.

36. Active and Passive Voice
செய்வினை, செயப்பாட்டு வினை

1. அவன் படித்தான்—He read.   Active Voice
    அவனால் படிக்கப்பட்டது—(It) was read by him.
                                              Passive Voice.
2. அவன் படிக்கிறான்—He reads.   A.V.
    அவனால் படிக்கப்படுகிறது—(It) is read by him. P.V.
3. அவன் படிப்பான்—He will read.   A.V.
    அவனால் படிக்கப்படும்—(It) will be read by him. P.V.
4. நான் தமிழ் எழுதினேன்—I wrote Tamil.   A.V.
    என்னால் தமிழ் எழுதப்பட்டது—Tamil was written by
    me   P.V.
5. நீ பணம் கொடுத்தாய்—You gave money.   A.V.
    உன்னால் பணம் கொடுக்கப்பட்டது—Money was given
    by you.   P.V.
6. அவள் பாட்டுப் பாடினாள்—She sang a song. A.V.
    அவளால் பாட்டுப் பாடப்பட்டது—A song was sung by
    her.   P.V.
7. நாங்கள் தேநீர் குடிக்கிறோம்—We drink tea. A.V.
    எங்களால் தேநீர் குடிக்கப்படுகிறது—Tea is drunk by
    us.   P.V.

8. நீங்கள் தமிழ் படிக்கிறீர்கள்—You read Tamil. A.V.
    உங்களால் தமிழ் படிக்கப்படுகிறது—Tamil is read by
    you. P.V.

9. யானை கரும்பு தின்கிறது—The elephant eats
    sugarcane. A.V.
    யானையால் கரும்பு தின்னப்படுகிறது—Sugarcane is
    eaten by the elephant. P.V.

10. நான் கடிதம் எழுதுவேன்—I will write the letter. A.V.
    என்னால் கடிதம் எழுதப்படும்—The letter will be written
    by me. P.V.

11. நீ என்ன தருவாய்?—What will you give? A.V.
    உன்னால் என்ன தரப்படும்?—What will be given by
    you? P.V.

Please note that the usage of Passive Voice is very
rare in Tamil.

Exercise

Change the voice in the following sentences:

i.   நான் படித்தேன்.
ii.   அவனால் தரப்பட்டது.
iii. நீ பாடுகிறாய்.
iv.   நீங்கள் ஆடுகிறீர்கள்.
v.   அவர்களால் எழுதப்பட்டது.

Answers:

i.   என்னால் படிக்கப்பட்டது.
ii.   அவன் தந்தான்.
iii. உன்னால் பாடப்படுகிறது.
iv.   உங்களால் ஆடப்படுகிறது.
v.   அவர்கள் எழுதினார்கள்.

37. Conversation
உரையாடல்

1. **வினா—விடை**
    Question and Answer

i) *'என்ன', 'எங்கே' இவற்றைப் பயன்படுத்துதல்*
    Use of 'What' and 'Where' :

Q நீ என்ன செய்து கொண்டிருக்கிறாய்?
   Nee Enna Seidhu Kondirukkiraai?
   You what   are doing
   What are you doing?

A. நான்   புத்தகம்   படித்துக் கொண்டிருக்கிறேன்.
    Naaan Puththaham Padiththuckondiruckiraen.
    I   book   am   reading.
    I am reading a book.

Q. உன் தம்பி எங்கே போய்க்கொண்டிருக்கிறான்?
    Un Thambi Engae   Poickondruckiraan?
    Your brother where   is going.
    Where is your brother going?

A. என் தம்பி பள்ளிக்கூடம் போய்க்கொண்டிருக்கிறான்.
    En Thambi Pallickoodam Poickondiruckiraan
    My brother   School   is going.
    My brother is going to school.

131

Q. உன் தங்கை என்ன செய்கிறாள்?
Un Thangai Enna Seikiraalh?
Your sister what does
What does your sister do?

A. என் தங்கை துணி தைக்கிறாள்.
En Thangai Thunhi Thaickiraal.
My sister cloth sews.
My sister sews clothes.

Q. உன் அம்மா எங்கிருந்து வருகிறாள்.
Un Ammaa Engirundhu Varuhiraalh?
Your Mother where from comes.
Where from does your mother come?

A. என் அம்மா கடைத்தெருவிலிருந்து வருகிறாள்.
En Ammaa Kadaiththeruvilirundhu Varuhiraalh
My Mother market from comes.
My mother comes from the market.

Q. ராம் சாப்பிட்டு விட்டானா?
Ram Saappittu Vittaanaa?
Ram has eaten?
Has Ram eaten?

A. அவன் சாப்பிட்டிருக்கலாம், எனக்குத் தெரியாது.
Avan Saappittiruckalaam, Enacku Theriyaadhu.
He might have eaten, I do not know.

Q. ஒவ்வொரு மாலையும் சரளா எங்கே போகிறாள்?
Ovvoru Maalaiyum Saralhaa Engae Pohiraal?
Every evening Sarala where goes
Where does Sarala go every evening?

132

A. அவள் கல்லூரிக்குப் போகிறாள் போலிருக்கிறது.
Avalh kallooricku Pohiraal Poliruckiradhu.
She college to goes perhaps.
She perhaps goes to college.

Q. நீங்கள் எங்கே செல்வீர்கள் ?
Neengal Engae Selveerhal?
you where will go?
Where will you go?

A. நாங்கள் கோவிலுக்குச் செல்வோம்.
Naangalh Kovilucku Chelvoam.
We temple will go.
We will go to the temple.

Q. நானும் உங்களோடு வரலாமா ?
Naanum Ungalhodu Varalaamaa?
I also you with may come.
May I also come with you?

A. சரி, நீயும் எங்களோடு வா.
Sari, Neeyum Engalhoadu vaa.
Yes, You also us with come.
Yes, you also come with us.

ii) *வினா–விடை (தொடர்ச்சி)—Question and Answer*

Q. உனக்கு என்ன வேண்டும் ?
What do you want?

A. எனக்கு ஒரு புத்தகம் வேண்டும்.
I want a book.

133

Q. நீ என்ன செய்கிறாய்?
What do you do?

A. நான் ஒரு மாணவன்.
I am a student

Q. உன் பெயர் என்ன?
What is your name?

A. என் பெயர் மூர்த்தி.
My name is Murthy.

Q. உன் தந்தை என்ன செய்கிறார்?
What is your father?

A. என் தந்தை ஒரு ஆசிரியர்.
My father is a teacher

Q. உனக்குத் திருமணம் ஆகிவிட்டதா?
Are you married?

A. எனக்குத் திருமணம் ஆகிவிட்டது.
I am married.

Q. உனக்குக் குழந்தைகள் எத்தனை?
How many children have you?

A. இரண்டே குழந்தைகள்; ஒன்று ஆண், மற்றது பெண்.
Only two children; a male and a female.

Q. நீ என்ன செய்ய விரும்புகிறாய்?
What do you want to do?

A. நான் தமிழ் படிக்க விரும்புகிறேன்.
I want to study Tamil.

iii) *'யார்', 'எது', 'எப்படி'–இவற்றின் பிரயோகம்*
Use of 'Who', 'What', 'How'

Q. நீ யார்?
Who are you?

A. நான் ஒரு மாணவன்.
I am a student.

Q. உன்னுடன் இருப்பவர் யார்?
Who is with you?

A. அவர் என் நண்பர்.
He is my friend.

Q. இந்த ஆடைகள் யாருடையவை?
Whose clothes are these?

A. இவை என்னுடையவை.
These are mine.

Q. நீ அலுவலகத்திற்கு எப்படிப் போகிறாய்?
How do you go to office?

A. நான் அலுவலகத்திற்கு நடந்தே போகிறேன்.
I go to office on foot.

Q. உன் தந்தையின் உடல்நலம் எப்படி இருக்கிறது?
How is your father's health?

A. அவர் இப்போது நலமாய் இருக்கிறார்.
He is all right now.

Q. உன் தம்பிக்கு எப்படிக் காயம் ஏற்பட்டது?
How was your younger brother hurt?

A. அவன் பஸ்ஸிலிருந்து விழுந்து விட்டான்.
He had fallen from the bus.

Q. நீ சிம்லாவுக்கு எப்படிப் போனாய்?
How did you go to Simla?

A. என் நண்பர்களோடு ரயிலில் போனேன்.
I went with my friends by train.

Q. உனக்குப் பிடித்த நூல் எது?
Which book do you like?

A. திருக்குறள்.
Thiruckural.

iv) 'ஏன்', 'எப்போது' என்பவற்றின் உபயோகம்
Use of 'Why', 'When'

Q. நீ தினமும் அங்கே ஏன் போகிறாய்?
Why do you go there daily?

A. பத்திரிகை படிக்க.
To read magazines.

Q. நீ ஏன் இவ்வளவு தாமதமாகப் போகிறாய்?
Why do you go so late?

A. ஏனென்றால் வேலை இருந்தது.
Because I was busy.

Q. வீட்டிலேயே ஏன் படிக்கக்கூடாது?
Why don't you read in your house itself?

A. என் குழந்தைகள் சத்தம் போடுகின்றன.
My children make noise.

136

Q. காலையில் எப்போது எழுந்திருக்கிறாய் ?
   When do you get up in the morning?

A. காலை ஐந்து மணிக்கு.
   At 5 a.m.

Q. எப்போது குளிக்கிறாய் ?
   When do you take bath?

A. காலை ஆறு மணிக்கு.
   At 6 a.m.

Q. ஏன் நிற்கிறாய் ? உட்கார்.
   Why do you stand? Sit.

A. நன்றி.
   Thank you.

Q. மறுபடியும் எப்போது சந்திக்கலாம் ?
   When can we meet again?

A. நாளை மாலை.
   Tomorrow evening.

Q. ஏன் தயக்கம் ?
   Why do you hesitate?

A. ஒன்றுமில்லை. கொஞ்சம் வேலை இருக்கிறது.
   Nothing. I have some work.

2. அழைப்புகள், வேண்டுகோள்கள்
   Invitations and Requests

Q. நாளை இரவு என் வீட்டிற்குச் சாப்பிட வருகிறீர்களா ?
   Will you please come to my house for a dinner
   tomorrow?

137

A. ஓ, வருகிறேன்.
Yes, I shall gladly come.

Q. மாலை ஆறு மணிக்கே வந்து விடுகிறீர்களா? நாம் பேசிக் கொண்டிருக்கலாம்.
Will you please come by 6 p.m.? We can have a chat.

A. மன்னிக்கவும், ஆறு மணிக்குத்தான் ஆபீஸ் முடியும்.
Sorry, my office closes at six only.

தயவுசெய்து இப்படி வாருங்கள்.
Please come here.

தயவுசெய்து மெதுவாகப் பேசுங்கள்.
Please speak slowly.

தயவுசெய்து உரக்கப் பேசாதீர்கள்.
Please do not speak loudly.

Q. எனக்கு ஓர் உதவி செய்வீர்களா?
Will you please do me a favour?

A. ஓ, நிச்சயமாக.
Yes, certainly. (Oh, sure)

இந்தக் கடிதத்தைப் பெட்டியில் போட்டு விடுங்கள்.
Please post this letter.

ஞாயிற்றுக்கிழமை என் வீட்டில் விருந்து. நீங்கள் அவசியம் வரவேண்டும்.
There is a party in my house on Sunday. You must come.

நன்றி, போய் வருகிறேன்.
Thanks, I take leave of you.

138

3. அனுமதி
Permission

நான் உள்ளே வரலாமா?
May I come in?

இனி நீங்கள் போகலாம்.
You may go now.

இந்தப் புத்தகத்தை எடுத்துக் கொள்ளட்டுமா?
May I take this book?

அவரைப் போக விடுங்கள்.
Let him go.

அவரை வரச் சொல்.
Ask him to come.

நீ போய் அடுத்தவனை அனுப்பு
You go and send the next.

நீங்கள் இங்கே உட்காரலாம்.
You can sit here.

இங்கே தூங்கக்கூடாது.
Do not sleep here.

நீங்கள் அதிகாரியை இப்போது பார்க்கலாம்.
You can see the officer now.

எனக்கு விடை கொடுங்கள்.
Let me take leave of you.

நான் இப்போது உங்களோடு பேச முடியுமா?
Can I talk to you now?

நாளை வாருங்கள். விவரமாகப் பேசுவோம்.
Come tomorrow. We shall talk in detail.

உத்தரவின்றி உள்ளே வரக்கூடாது.
No admission without permission.

நீங்கள் அப்படியே செய்யலாம்.
You may do so.

இங்கே குழந்தைகளுக்கு அனுமதி இல்லை.
Children are not allowed here.

4. மகிழ்ச்சியும் வியப்பும்
Joy and Surprise

இதைக் கேட்க எனக்கு மிகவும் மகிழ்ச்சி.
I am pleased to hear this.

இது ஒரு நல்ல செய்தி.
It is a good news!

பாராட்டுகள்!
Conglatulations!

அப்படியா!
Is it so!

பிரமாதம்!
Marvellous!

அடேயப்பா! என்ன அழகு!
Oh What a beauty!

அந்தோ! பரிதாபம்!
Oh, What a pity!

நீங்கள் சொல்வது உண்மையா?
Is it true what you say?

நம்பவே முடியவில்லையே!
Quite incredible!

140

என்ன, அவன் பாடுவானா!
What, can he sing!

சுவாரஸ்யமான கதை! எதிர்பாராத முடிவு!
An interesting story! Unexpected ending!

அப்பா! என்ன இனிப்பு!
How sweet!

என்ன ஆச்சரியம்!
What a surprise!

அப்பாடா! இப்போதுதான் நிம்மதி!
Ah! Now only relief!

உங்களைப் பார்த்ததில் மிக்க மகிழ்ச்சி!
I am extremely happy to have met you.

நீங்கள் தங்கமானவர்!
You are a perfect gentleman!

5. வருத்தம்
Sorrow

இதைக்கேட்டு நாங்கள் மிகவும் வருந்துகிறோம்.
We are grieved to hear this.

உண்மையில் இரு ஒரு மிக வருத்தமான செய்தி.
This is indeed a matter of great sorrow.

இது ஓர் ஈடுசெய்ய முடியாத இழப்பு.
This is an irrepairable loss.

நான் மிகவும் வருந்துகிறேன்.
I am very sorry.

141

இந்த நஷ்டத்தைப் பூர்த்தி செய்ய முடியாது.
This loss cannot be made good.

அவர் மறைவினால் நாட்டுக்குப் பேரிழப்பு.
His demise is a great loss to the nation.

அவரது ஆன்மா சாந்தியடையட்டும்!
May his soul rest in peace!

அழுது பயனில்லை.
It is no use crying.

கவலை வேண்டாம்; காலம் மாறும்.
Don't worry; Time will change.

இரண்டு நிமிஷம் மௌனமாயிருங்கள்.
Observe two minutes silence.

அவர் நினைவுக்கு அஞ்சலி செலுத்துகிறோம்.
We pay homage to his memory.

எங்கள் ஆழ்ந்த அனுதாபங்கள்.
Our deep condolences.

6. **காலநிலை**
    Weather

இன்று வெப்பம் அதிகம்.
It is very hot today.

நேற்று இரவு மழை பெய்தது.
It rained yesterday night.

வானம் மூட்டம் போட்டிருக்கிறது.
The sky is overcast.

வெயிலில் வெளியே போகாதே.
Don't go out in the hot sun.

நாளுக்கு நாள் குளிர் அதிகமாகும்.
It will get colder day by day.

ஜூன் மாதம் வெப்பக்காற்று வீசும்.
Hot winds blow in June.

நடுக்கும் குளிரில் அவன் இறந்தான்.
He died of shivering cold.

புயல் வீசக்கூடும்.
A storm is expected.

பலத்த மழை பெய்தது.
It rained heavily.

மழை கொட்டு கொட்டென்று கொட்டுகிறது.
It is raining cats and dogs.

மலைமேல் குளிர் நடுக்கும்.
It is biting cold on the hills.

மலைச்சரிவுகளில் பனி மூடியிருக்கிறது.
Mountain slopes are covered with snow.

எனக்கு வியர்க்கிறது.
I am sweating.

கால்கள் விறைத்து விட்டன.
Legs are frozen.

7. வாழ்த்துக்கள்—Greetings

வருக! வருக!
Welcome.

நீடூழி வாழ்க!
Long live!

143

விழா இனிது நிறைவேற வாழ்த்துக்கள்!
Wish the function a grand success.

உனக்கு வெற்றி உண்டாகட்டும்!
May you succeed!

எனது நல்வாழ்த்துகள்!
My best wishes!

குழந்தைகளுக்கு என் ஆசிகள்!
My blessings to children!

மணமக்களுக்கு மனமார்ந்த வாழ்த்துக்கள்!
Hearty greetings to the wedded couple!

பொங்கல் நல்வாழ்த்துக்கள்.
Pongal Greetings.

உலகம் எல்லாம் மகிழ்ச்சி பெருகட்டும்.
Let all the world be happy.

தேர்வில் வெற்றி பெற்றமைக்காக பாராட்டுக்கள்.
Congratulations for your grand success in the examination!

வாழ்க்கையில் வளம் பெருகட்டும்!
Let your life be prosperous!

பெயரும் புகழும் பெறுக!
Earn name and fame!

போற்றி! போற்றி!
Hail thee!

8. பணிவான பேச்சு
Good Manners

தாங்கள் தேநீர் அருந்துகிறீர்களா?
Would you like to have tea?

தங்களுக்கு சிரமம் கொடுப்பதற்கு மன்னிக்கவும்.
Excuse me for the troubles

என்னைப் பற்றிக் கவலைப்பட வேண்டாம்.
Please don't worry about me.

உங்களுக்கு உதவ நான் தயார்.
I am ready to help you.

நான் உங்களுக்கு என்ன உதவி புரியட்டும்?
What can I do for you.

உங்களுக்குப் பணிபுரியக் காத்திருக்கிறேன்.
I am at your service.

நான் உங்களுக்கு மிகவும் கடமைப்பட்டிருக்கிறேன்.
I am very much obliged to you.

உங்கள் அன்புக்கு நான் அடிமை.
I am a slave to your kindness.

நான் சொன்னதை வித்தியாசமாக நினைக்க வேண்டாம்.
Please do not mind whatever I said.

இயல்பாக இருங்கள்.
Be informal.

உங்கள் உதவியை என்றும் மறவேன்.
I shall never forget your help.

எல்லாம் உங்கள் அன்பால்தான்!
So kind of you!

145

9. பேச்சுமொழி
Colloquial usage

வாங்க, வாங்க, வணக்கம். எப்படியிருக்கீங்க? பாத்து ரொம்ப நாளாச்சு. சௌக்கியமா? ஊருக்குப் போய் வந்தீங்களா? பையனுக்குக் கல்யாணம் பண்ணணும். போன மாசம் ஒரு பொண்ணு பார்த்துட்டு வந்தோம். நல்ல இடம். அதையே முடிச்சுட வேண்டியதுதான். நிக்கிறீங்களே, உக்காருங்க. கனகம், சாருக்குக் காப்பி கொண்டா. தங்கம் என்னமா வெலை ஏறிக்கிடக்குது பாத்தீங்களா! எல்லாச் சாமானும் வெலை ஏறிக்கிட்டே போகுது. ஒண்ணும் வாங்கிக் கட்டுப்படியாகாது போலிருக்கு. வருமானம் வாய்க்கும் கைக்குந்தான் சரியாயிருக்கு. காப்பி சாப்பிடுங்க. நான் பாட்டுக்கு ஏதோ பேசிக்கிட்டே போறேன். நீங்க எப்போ வந்தீங்க? குழந்தை குட்டி எல்லாம் சௌக்கியந்தானே? ஏன் இப்படி இளைச்சுப் போயிட்டீங்க? உடம்பை நல்லாப் பாத்துக்குங்க. கொஞ்சம் இருங்க. இதோ வாரேன்.

Religion & Festivals		
Diwali	தீபாவளி	Dheepaavalhi
Pongal	பொங்கல்	Pongal
Christmas	கிறிஸ்துமஸ்	Christhumas
New Year	புத்தாண்டு	Puththaandu
Tamil New Year	தமிழ்ப்புத்தாண்டு	
		ThamizhPuththaandu
Ramzan	ரமலான்	Ramalaan
Kar Festival	தேர்த்திருவிழா	Thaer thiruvizha
Procession	ஊர்வலம்	Oorvalam
Fast	நோன்பு/விரதம்	Noanbu/Viradham

38. Reading and Writing
படித்தல், எழுதுதல்

I. **Read the following passages:**

1

தில்லி பாரதத்தின் தலைநகரம். அது யமுனை நதிக் கரையில் அமைந்திருக்கிறது. அது உலகத்தின் பழமையான நகரங்களில் ஒன்று. பாண்டவர்களின் தலைநகராகிய இந்திரப் பிரஸ்தம் இங்குதான் இருந்ததாகச் சொல்லப்படுகிறது. எத்தனையோ அரசுகள் வந்து போய்விட்டன. ஆனால் தில்லி இன்னும் பழம் பெருமை அழியாமல் அப்படியே இருக்கிறது.

2

தமிழ் இனிமையான மொழி. முயற்சி செய்தால் அதைக் கற்றுக் கொண்டுவிடலாம். மொழியைக் கற்க உழைப்பு தேவை. தினந்தோறும் கொஞ்சம் கொஞ்சமாகப் படித்தால் விரைவில் கற்றுக் கொள்ளலாம். படித்ததை மனத்தில் இருத்திக்கொள்ள வேண்டும். திரும்பச் சொல்லிப் பார்க்க வேண்டும். எழுதி எழுதிப் பார்க்க வேண்டும். தமிழ் தெரிந்தவர்களுடன் பேசிப் பழக வேண்டும்.

3

இளங்கோ ஒரு சிறந்த தமிழ்ப் புலவர். அவர் சிலப்பதிகாரம் என்னும் காவியம் எழுதினார். திருவள்ளுவர் ஓர் ஒப்பற்ற புலவர். திருக்குறள் என்னும் அரிய நீதிநூல் அவரால் எழுதப்பட்டது. கம்பர் என்னும் புலவர் இராமாயணத்தை தமிழில் இயற்றினார். பாரதியார் எழுதிய நூல்கள் படிக்க இன்பம் தருபவை. எல்லாவற்றையும் படிக்க முயற்சி செய்யுங்கள்.

4

தமிழில் நிறைய இலக்கியங்கள் இருக்கின்றன. மிகப் பழமையான நூல்களும் உண்டு. ஏறக்குறைய இரண்டாயிரம் ஆண்டுகளுக்கு முன் எழுதப்பட்ட இலக்கிய இலக்கணங்கள் இன்றும் போற்றிக் காக்கப்பட்டு வருகின்றன. தொல்காப்பியம் பழைய இலக்கண நூல். அதன் ஆசிரியர் தொல்காப்பியர். உலக மொழிகளில் உள்ள மிகச்சிறந்த இலக்கண நூல்களில் அதுவும் ஒன்று. பழந்தமிழர்களின் வாழ்க்கை நெறிகளை அதன் மூலம் நாம் அறிந்து கொள்ளலாம்.

5

தமிழில் இலக்கியம் நாள்தோறும் வளர்ந்து வருகிறது. கதைகள், கவிதைகள், நாடகங்கள், கட்டுரைகள் முதலியன பெருகி வருகின்றன. ஆனந்த விகடன், கல்கி, கலைமகள், குமுதம் போன்ற பிரபல வார, மாத பத்திரிகைகள் இலக்கிய வளர்ச்சிக்கு உதவி வருகின்றன. ஆங்கிலப் பத்திரிகைகளைப் படிப்பது எப்படி மொழியறிவுக்குத் துணை புரியுமோ, அப்படியே தமிழ்ப் பத்திரிகைகளைப் படிப்பதும் தமிழ் மொழியறிவுக்குத் துணை புரியும். இக்காலப் பேச்சுவழக்கு, மொழியின்

தனித்தன்மை, எழுத்துநடை முதலியவற்றை இப்பத்திரிகை களின் வாயிலாக அறிந்து கொள்ளலாம்.

தமிழைக் கற்றுக் கொண்டு தமிழுக்குத் தொண்டு செய்தவர்கள் பலர் உண்டு. வெளிநாட்டவர்கள் பலர் தமிழை விரும்பிப் பயின்றிருக்கிறார்கள். பல இலக்கியங்களை எழுதி யிருக்கிறார்கள். நீங்களும் தமிழ் கற்று தமிழுக்குத் தொண்டு செய்ய முன்வரலாம். உங்கள் முயற்சிக்கு எங்கள் ஆதரவு எப்போதும் உண்டு. வாழ்க தமிழ்! வளர்க உங்கள் தமிழ் ஆர்வம்!

II. Rewrite the following paragraphs in Tamil script:

a) Akbar roadil irundhadhu andha mandhiriyin veedu. Adhai noakki nadandhaan Jayaraman. Maniyaip paarththaan. Sariyaaha aezharai. Veetuckulh nuzhaindhaan. Packaththu arhaiyil typewriter olickum sabdham kaettadhu. Adhudhaan aluvalahamaaha iruckavaenhdumendru ennhinaan.

b) Bharathiyaar oru sirandha Thamizhp pulavar. Avar Ettayapurathththil pirandhaar. Angae avarucku oru ninaivu mandapam kattappattu iruckiradhu. Adhil avar ezhudhiya kavidhaihalai vaiththiruckiraarhal. Avarudaiya kavidhaihalh inimaiyaanavai.

c) Manidharhal uzhaiththu vaazhkiraarhal. Kalhaippai poacka vizhaakkal thevai. India oru vivasaaya naadu. Thamizh naattil Thai maadhaththin mudhal naalhai Pongal naalhaahak kondaaduhiraarhal.

Uyir vaazha unhavu thaevai. Unhavai alhippadhu uzhavuth thozhil. Uzhavarhalh uzhudhu payirittu unhavup porulhai vilhaivikkiraarhal. Idhaik kondaadavae ivvizhaa.

Pongal naalh andru adhikaalaiyil ezhundhu neeraadi puththaadai anhivar. Pudhiya aduppil pudhup paanaiyil paal, nei vaarththup pongaliduvar. Virundhinarai ubasarippar. Karumbu kadiththu chuvaippar. Kaalhaikalin kombuhalukku varnam poosi mahizhvar.

Uzhuthundu Vaazhvaarae vaazhvaar enbadhu Kural. Uzhavukkum Thozhilukkum vandhanai seivoam endraar Bharathiyaar. Uzhavar Vaazhndhaalh naadu vaazhum. Ipperunaalhil naam anaivarum mahizndhu pongal vaazhththukkalai ellaaruckum anuppi indha naalhai chirappaahak kondaaduvomaaha.

Education		
Book	புத்தகம்	Puththaham
Class	வகுப்பு	Vahuppu
Holiday	விடுமுறை	Vidumurai
School bag	புத்தகப்பை	Puththahap pai
Exam	பரீட்சை/தேர்வு	Pareetchai/thaervu
Marks	மதிப்பெண்கள்	Madhippenhkalh
Pass	தேர்ச்சி	Thaerchchi
College	கல்லூரி	Kalloori

39. Phonetic Transcription

So far we have tried to acquaint you with the more or less correct pronunciation of the Tamil words through the English script. Our intention has been to get you familiarised with the proper intonation of the words as they are read and spoken today. Since we feel that the previous lessons might have clearly given you a fair knowledge of the Tamil script, words and sentence structures, now we would advice you to follow the English phonetic system to read and write the Tamil language.

For example, we were used to write the word 'யார்' (who) as 'yaar' in English script using double 'a's. But now you must be able to read it correctly even when it is written as 'yar'. The same way you should be in a position to comprehend the correct intonation and pronunciation when Tamil words are written according to the English phoneticism. வா can be written as 'Va' instead of 'Vaa'. போ can be written as 'Po' instead of 'Poa'. If நீங்கள் is written as 'Ningal', you should be able to read it as 'Neengalh'. இருக்கிறது may be written as 'iruckiradu'. Here 'du' itself must give you the sound of 'dhu'. 'Vandan' can be read as 'Vandhaan' (வந்தான்).

Some Tamil sentences in English script are given below with their corresponding Tamil script for your benefit:

1. Nan Tamil padickiren
   Naan Thamizh padickiraen
   நான் தமிழ் படிக்கிறேன்.

2. Avan Netru Vandan.
   Avan Naetru Vandhaan.
   அவன் நேற்று வந்தான்.

3. Aval pattu padinal
   Avalh paattup paadinaalh
   அவள் பாட்டுப் பாடினாள்.

4. Ni enge ponai?
   Nee engae poanaai?
   நீ எங்கே போனாய்.

5. India namadu Thainadu.
   Indhia namadhu Thaainaadu.
   இந்தியா நமது தாய்நாடு.

6. Raman sappittu vittan.
   Raaman saappittu vittaan.
   ராமன் சாப்பிட்டு விட்டான்.

7. Avargal nalai varuvarkal.
   Avarhal naalhai varuvaarhal.
   அவர்கள் நாளை வருவார்கள்.

8. Tamilnadu oru manilam.
   Thamizhnaadu oru maanilam.
   தமிழ்நாடு ஒரு மாநிலம்.

9. Vazhaipazham tindran.
   Vaazhaippazham thindraan.
   வாழைப்பழம் தின்றான்.

10. Kannal parkirom; Kadal ketkirom.
    Kanhnhaal paarckiroam; kaadhaal kaetkiroam
    கண்ணால் பார்க்கிறோம்; காதால் கேட்கிறோம்.

The above examples have been given to tell you how simply you can use the English script so as to avoid lengthy and complicated spellings. However, our aim is not to perpetually keep you reading the Tamil script, with the aid of English script. Our main aim is to make you read, write and speak Tamil independently without the help of the English script. Hence we have been gradually avoiding the English script wherever possible in order to encourage your self-study. The organisation of lessons, therefore, may look odd or haphazard in appearance. If you understand the purpose, you will agree that it is not a defect. Kindly put in required efforts and achieve optimum results.

40. Model Translations

I

1. அவன் நல்ல மாணவனா ?
   Is he a good student?

2. ராமன் அறையில் இருக்கிறானா ?
   Is Ram in the room?

3. நான் பருமனாக இருக்கிறேனா ?
   Am I fat?

4. நீங்கள் ஒரு டாக்டரா ?
   Are you a doctor?

5. நீ லீவில் இருக்கிறாயா ?
   Are you on leave?

6. அவன் உன் தம்பியா ?
   Is he your brother?

7. அவன் தங்கைக்கு உடம்பு சரியில்லையா ?
   Is her sister ill?

8. அவர்கள் உன் நண்பர்களா ?
   Are they your friends?

9. அவனிடம் புத்தகம் இருக்கிறதா ?
   Has he a book?

10. உன்னிடம் சைக்கிள் இருக்கிறதா?
Have you a bicycle?

II

1. நீ ஏன் நேற்று வரவில்லை?
Why didn't you come yesterday?

2. அவன் ஏன் படுத்திருக்கிறான்? உடம்பு சரியில்லையா?
Why is he lying? Is he not all right?

3. நீ ஏன் என்னுடன் பேசமாட்டேன் என்கிறாய்? என்மேல் கோபமா?
Why aren't you talking to me? Are you angry with me?

4. முகம் வாடியிருக்கிறதே, தலைவலியா?
Your face is pale; any headache?

5. நேற்று எங்கே போனாய்? டாக்டரிடமா?
Where did you go yestersday, to a doctor?

6. அவன் ஏன் சாப்பிட மாட்டேன் என்கிறான்? வயிறு கோளாறா?
Why is he refusing to eat, any stomach trouble?

7. மார்க்குகள் குறைவாக வாங்கியிருக்கிறாயே? சரியாகப் படிக்கவில்லையா?
You have secured low marks, Haven't studied well?

8. கையில் என்ன கட்டு? எலும்பு முறிவா?
What is this bandage on your hand, any fracture?

9. நீ இங்கே வருகிறாயா இல்லை நான் அங்கே வரட்டுமா?
Will you come here or should I come there?

10. குழந்தை ஏன் அழுகிறான் ? பசியா ?
Why is the child crying? Is he hungry?

III

1. கொஞ்சம் முன்னாடி நகர்ந்தால் என்ன ? மழையா
பெய்கிறது ?
Why don't you move a bit forward? Is it raining there?

2. ரேடியோவை ஏன் இப்படி அலற விட்டிருக்கிறாய் ? சத்தம்
காதை அடைக்கவில்லையா ?
Why have you left your radio screaming? Is it not
deafening?

3. அங்கே என்ன ஒரே கும்பல், கூச்சல் ? ஏதாவது
விபத்தா ? அல்லது விளையாட்டா ?
Why is there a lot of crowd and noise, any accident?

4. அவன் ஏன் நொண்டுகிறான் ? வழுக்கி விழுந்து
விட்டானா ?
Why is he limping? Has he slipped or is he just play-
ing?

5. அவர்கள் காரை ஓரமாக நிறுத்தினால் என்ன ?
இப்படி நிறுத்தினால் போக்குவரத்துக்கு இடைஞ்சல்
அல்லவா ?
Why can't they park their car on a side? Isn't this
parking a hindrance to traffic?

6. பேசாமல் வாயை மூடிக்கொண்டிருந்தால் எப்படி ? பதில்
சொன்னால்தானே உண்மை தெரியும் ?
What is the use of your keeping mum? How can the
truth be out unless you speak out?

156

7. சினிமா தியேட்டரில் என்ன இப்படி நெரிசல்? இன்று புதுப்படம் ஏதாவது வெளியாகியிருக்கிறதா?
Why is there a great rush at the theatre? Is there any new release today?

8. ஏன் இப்படி எதற்கெடுத்தாலும் கோபித்துக் கொள் கிறாய்? அமைதியாக இருக்கக்கூடாதா?
Why are you getting angry very often? Can't you keep cool?

9. அவன் எப்போது வருவதாகச் சொன்னான்? நாளைக் காலையிலா அல்லது சாயங்காலமா?
What did he say when he would come tomorrow morning or evening?

10. நீ என்னப்பா உள்ளதைச் சொல்ல மாட்டேன் என்கிறாய். உனக்கு எப்படி உதவி செய்வது?
What is this, you are not coming out with the truth; How can you be helped?

IV

1. மருந்து சாப்பிட்டால்தான் உடம்பு குணமாகும் என்கிறாய், சரிதானே?
You say I should take medicine for cure; Don't you?

2. அவன் சொன்னதையே சொல்லிக் கொண்டிருக்கிறான். இல்லையா?
He is repeating what he said. Isn't he?

3. அவள் டிக்கெட் வாங்குவதற்காக ஸ்டேஷனுக்குப் போகிறாள். அப்படித்தானே?
She is going to the station to purchase tickets. Isn't she?

4. அப்போதே சொல்லியிருந்தால் இந்தக் காரியம்
   எப்போதோ முடிந்திருக்கும் இல்லையா?

   If you had informed me earlier, this work would have
   been completed long back. Isn't it?

5. அவனிடம் கேட்டேன், முடியாது என்று சொல்லி விட்டான்.
   இது சரியா?

   I asked him, he refused; Is it right?

6. அந்தப் பையன் கேட்கக் கேட்கப் பதில் சொல்லாமல்
   விழித்தான். போலீஸ் அவனைக் கைது செய்தது; அதில்
   என்ன தவறு?

   That boy did not answer when he was questioned,
   but blinked. The police arrested him. What is wrong
   in it?

7. வரவர நீ பருத்துக் கொண்டே போகிறாய். இது உடம்புக்கு
   நல்லதில்லை அல்லவா?

   You are of late getting fatter. It is bad for health.
   Isn't it?

8. தூக்கம் வரவில்லை என்றால் மாத்திரை விழுங்கக்
   கூடாது. அது உடம்புக்குக் கெடுதல், சரியா?

   If you don't get sleep, you shouldn't take pills. It is
   bad for health; Right?

9. நீ எதுவுமே பேசமாட்டேன் என்கிறாய். மனசு சரியில்லை.
   அப்படித்தானே?

   You are not talking anything. You are mentally upset.
   Are you?

10. தயவுசெய்து அவனைக் கட்டாயப்படுத்தாதே. அவன் இஷ்டம் போல் செய்யட்டும். அது உனக்கும் நல்லது இல்லையா?

Please don't compel him. Let him do as he pleases. It is good for you also. Isn't it?

V

1. நான் தமிழ் நன்றாகப் பேசுவதில்லை; ஆனால் புரிந்து கொள்வேன்.

I do not speak Tamil well but I can understand it.

2. நான் சொன்னது புரிந்ததா? இல்லாவிடில் மறுபடியும் கேளுங்கள்.

Did you understand me? If not, ask again.

3. எனக்குப் பசிக்கிறது; சாப்பாடு வேண்டும்.

I am hungry; I want food.

4. நான் தூங்க வேண்டும்; விளக்கை அணையுங்கள்.

I want to sleep; please put out the light.

5. அவனைக் கூப்பிடுங்கள்; அவனோடு பேச வேண்டும்.

Call him; I want to talk to him.

6. அனாவசியமாக கூச்சல் போடாதே; உனக்கு என்ன வேண்டும் சொல்; தருகிறேன்.

Do not shout unnecessarily: Tell me what you want; I shall give you.

7. அவனோடு பேச நான் விரும்பவில்லை; அவன் ஒரு போக்கிரி; அதிகம் பேசுகிறான்.

I don't want to talk to him; He is a cheat; He talks too much.

8. அவர் நல்லவராகத் தெரிகிறார்; அவரோடு பேசிப் பார்க்கலாம்; பிறகு புரிந்து விடும்.

He seems to be a nice person; Let me talk to him; Then I can understand.

9. தயவுசெய்து புகை பிடிக்காதீர்கள்; எனக்கு அந்த வாசனை பிடிக்காது; உடம்புக்கு ஆகாது.

Please do not smoke; I don't like that smell; Also I am allergic to it.

10. இந்த முறை உன்னை விட்டு விடுகிறேன். மறுபடியும் இப்படி நடந்து கொண்டாயோ, நான் என்ன செய்வேன் என்று எனக்கே தெரியாது.

I leave you this time; If you behave like this again, I do not know what I will do.

Tamil Equivalents for Some English Grammatical Terms

Tamil Grammar is vast and varied. In this small book you have been introduced only to certain essential aspects of Tamil Grammar. Complete mastery of the grammar is not required for the day-to-day transactions in the society. Thorough knowledge of grammar is, however, useful to enjoy and appreciate the classical literary works in the language. This book is very humble in its nature and content and hence can serve only a limited purpose towards that direction. With its limited scope this book can only induce you to go in for books of higher learning in the language. It all depends on your grasp and sustained interest.

To add to your store of knowledge, we provide you here with some of the English grammatical terms and their equivalents in Tamil. With the help of these terms you may venture to identify them in your studies and usages.

1.   Grammar — இலக்கணம்
2.   Orthography — எழுத்தியல்
3.   Etymology — சொல்லியல்
4.   Syntax — சொற்றொடர் அமைதி

5. Prosody — செய்யுளியல் அல்லது யாப்பிலக்கணம்
6. Figurative use of speach — அணி
7. Parsing — சொல் பாகுபாடு
8. Preface — பாயிரம்
9. Vowels — உயிரெழுத்துகள்
10. Short vowels — குறில்
11. Long vowels — நெடில்
12. Consonants — மெய்எழுத்துகள்
13. Hard consonants (surds) — வல்லினம்
14. Soft consonants (nasals) — மெல்லினம்
15. Medial consonants (liquids) — இடையினம்
16. Demonstrative letters — சுட்டெழுத்துகள்
17. Interrogative letters — வினாவெழுத்துகள்
18. Shortened – 'இ' — குற்றியலிகரம்
19. Shortened – 'உ' — குற்றியலுகரம்
20. Divisible word — பகுபதம்
21. Indivisible word — பகாப்பதம்
22. Root -- பகுதி
23. Quantity — மாத்திரை
24. Noun — பெயர்ச்சொல்
25. Verb — வினைச்சொல்
26. Conjunctions, Particles — இடைச்சொற்கள்
27. Attributive — உரிச்சொல்
28. Adjective — பெயர் உரிச்சொல்
29. Adverb — வினை உரிச்சொல்
30. Causative verb — பிற வினை
31. Imperative verb — ஏவல் வினை
32. Tense — காலம்

33. Past tense — இறந்த காலம்
34. Present tense — நிகழ்காலம்
35. Future tense — எதிர்காலம்
36. Combination — புணர்ச்சி
37. Case — வேற்றுமை
38. Abstract noun — பண்புப் பெயர்
39. Class — திணை
40. Gender — பால்
41. Number — எண்
42. Person — இடம்
43. Masculine gender — ஆண்பால்
44. Feminine gender — பெண்பால்
45. Common gender — பலர்பால்
46. Neuter gender (Singular) — ஒன்றன்பால்
47. Neuter gender (Plural) — பலவின்பால்
48. First person — தன்மை
49. Second person — முன்னிலை
50. Third person — படர்க்கை
51. Metonymy — ஆகுபெயர்
52. Numerals — எண்ணுப்பெயர்
53. Euphonic particles — சாரியை
54. Parts of speech — சொற்களின் வகை
55. Finite Verb — வினைமுற்று
56. Participles infinitives — எச்சம்
57. Adjectival participle — பெயரெச்சம்
58. Adverbial participle — வினையெச்சம்
59. Symbolic verb — குறிப்பு வினை

163

60. Optative verb — வியங்கோள்
61. Infinitive mood — மூன்று காலங்களுக்கும் பொதுவான வினையெச்சம்
62. Subjunctive mood — எதிர்கால வினையெச்சம்
63. Subject — எழுவாய்
64. Predicate — பயனிலை
65. Object — செயப்படுபொருள்
66. Active voice — செய்வினை
67. Passive voice — செயப்பாட்டு வினை
68. Negative verb — எதிர்மறை
69. Transitive verb — செயப்படுபொருள் குன்றாவினை
70. Intransitive verb — செயப்படுபொருள் குன்றியவினை
71. Synonyms — ஒருபொருள் குறித்த பல சொற்கள்
72. Homonyms — பலபொருள் குறித்த ஒரு சொல்
73. Antonyms — எதிர்ச்சொற்கள்
74. Euphemism — இடக்கரடக்கல், மங்கலம்
75. Epithet — அடைமொழி
76. Sentence — சொற்றொடர், வாக்கியம்
77. Simple sentence — தனிவாக்கியம்
78. Compound sentence — தொடர் வாக்கியம்
79. Complex sentence — கலவை வாக்கியம்
80. Agreement or Concord — வாக்கியப் பொருத்தம்
81. Spacing — இடம் விட்டு எழுதுதல்
82. Splitting of word — பிரித்து எழுதுதல்
83. Non-splitting of words — பிரிக்காமல் எழுதுதல்
84. Punctuation Marks — நிறுத்தற்குறிகள்
85. Direct speech — நேர்கூற்று
86. Indirect speech — அயற்கூற்று

87. Diction — நடை

88. Prose — உரைநடை

89. Onomatopoeia — இரட்டைக்கிளவி, குறிப்புமொழி

90. Example — எடுத்துக்காட்டு, உதாரணம்

91. Simile — உவமை

92. Metaphor — உருவகம்

93. Pun — சிலேடை

94. Paragraph — பத்தி

95. Pronunciation — உச்சரிப்பு

96. Proverb — பழமொழி

97. Sarcasm — அங்கதம், நையாண்டி

98. Precis-writing — சுருக்கி எழுதுதல்

99. Phonetics — ஒலியியல்

100. Philology — மொழிநூல்

Examples for some of the above grammatical terms

I. புணர்ச்சி—Combination or connection

While joining two or more words, compound words are produced. The act of connecting the words is known as புணர்ச்சி. In doing so, you will notice that certain changes take place. The changes may be in the form of disappearance of exixting letters or appearance of new letters.

கருமை – black   குதிரை – horse

கருமை + குதிரை = கருங்குதிரை – blackhorse

In the above example you will notice that the letter 'மை' has disappeared and in its place, the letter 'ங்' has appeared.

165

Study the following examples and note the changes.

தாய் + மொழி	=	தாய்மொழி (no change)
சொல் + தொடர்	=	சொற்றொடர்
வாழை + பழம்	=	வாழைப்பழம்
கடிதம் + எழுதினான்	=	கடிதமெழுதினான்
உயிர் + எழுத்து	=	உயிரெழுத்து
மெய் + எழுத்து	=	மெய்யெழுத்து
பாட்டு + பாடு	=	பாட்டுப்பாடு
தமிழ் + இலக்கணம் + நூல் =		தமிழிலக்கண நூல்
மூக்கு + பொடி	=	மூக்குப்பொடி
இடம் + காலி + இல்லை	=	இடங்காலியில்லை
வர + சொல் + என்றான்	=	வரச்சொல்லென்றான்

போக+சொல்+என்னும்+ஒலி+எழுந்தது+என்றான்+அவன் =
போகச்சொல்லென்னுமொலியெழுந்ததென்றானவன்

II. பெயரெச்சம்—Adjectival Participle

It is the comibnation of an incomplete verb and a noun, as in வந்த குதிரை. In this example, 'வந்த' is the incomplete verb. It has ended with the noun 'குதிரை'.

Study the following examples:

1. படித்த பெண்
2. சொன்ன கதை
3. பாடுகிற பெண்
4. ஓடும் நதி

166

III.   வினையெச்சம்—Adverbial Participle

It is the comibnaticn of an incomplete verb and a complete verb, as in நடந்து வந்தான். In this, example, 'நடந்து' is the incomplete verb which has ended with the verb 'வந்தான்'.

Study the following examples:

1.   ஓடிப்போனான்
2.   சொல்லிக் கொடுத்தான்
3.   உட்கார்ந்து பேசு
4.   வாங்கி வருவான்

IV.   இடக்கரடக்கல்—Euphemism

A decent expression concealing the original term which may otherwise sound indecent if spoken frankly, just as calling the latrine as bathroom.

Instead of saying 'He died' you may say 'He left for his heavenly abode'.

நேருஜி செத்தார் — நேருஜி காலமானார்

V.   இரட்டைக்கிளவி—Onomatopoeia

Twin words symbolically producing only the sound effect.

கடகட, குடுகுடு, தடதட, மளமள, சலசல, etc.

அவன் *குடுகுடு* வென்று ஓடினான்.

மரம் *மளமள* வென்று முறிந்தது.

அருவி *சலசல* வென்று ஓடுகிறது.

VI. a) உவமை—Simile

மதி போன்ற முகம்—Moonlike face

Here the face has been compared to the moon.

'முகம்' is the subject matter and 'மதி' is the object of comparison. The intervening 'போன்ற' is the particle of comparison. In case the particle of comparison is left out, then the combination will become உவமைத்தொகை—Elliptical compound 'மதிமுகம்'.

b) உருவகம்—Metaphor

A figurative use of speech where the subject compared is spoken of as identical with the object of comparison— 'முகமதி' (முகம் + மதி) முகம் ஆகிய மதி. Here 'முகம்' has become identical with 'மதி'.

The Land and the Language

Tamil Nadu has an area of 1,30,069 sq. kms. It is surrounded by three states of the Indian Union, namely, Kerala, Karnataka and Andhra Pradesh and has sea in its eastern and southern sides.

The main language of the state is Tamil which is also the state's official language. English is recognised as the second official language. There are 159 mother tongues spoken in Tamil Nadu, including Malayalam, Kannada, Badaga, Telugu, Marathi, Hindi, Urdu, Gujarati, Saurashtri.

Additional Vocabulary

I. **Study the following words and note the difference in letters and meaning:**

அரம்— Saw	அறம்—Righteousness
அலை—Wave	அழை—To call
அரை—Half	அறை—Room, slap
ஆனை—Elephant	ஆணை—Order
மலை—Mountain	மழை— Rain
வலை—Net	வளை—Hole, Bangle
மூலை—Corner	மூளை—Brain
கல்—Stone	கள்—Toddy
தலை—Head	தளை—Bondage
கலை—Art	களை—Weed
சிரை—To Shave	சிறை—Prison
மரம்—Tree	மறம்—Heroism
எரி—To burn	எறி—To throw
புலி—Tiger	புளி—Tamerind
பலி—Sacrifice	பழி—Blame
கலி—Misery	கழி—To subtract
விலை—Price	விளை—To grow
கரை—Shore	கறை—Stain
கரி—Coal	கறி—Curry
பரி—Horse	பறி—To snatch
கொல்—To kill	கொள்—To take

புல்—Grass   புள்—Bird
வால்—Tail   வாள்—Sword
வேலை—Work   வேளை—Time
பால்—Milk   பாழ்—Waste
மனை—House   மணை—Plank
மனம்—Mind   மணம்—Smell
குளி—To take bath   குழி—Ditch, Pit
சனி—Saturday   சளி—Sputam
கோலி—a round metal ball   கோழி—Hen
காலை—Morning   காளை—Ox, bull
வலம்—Right side   வளம்—Prosperity
கலம்—Ship, vessel   களம்—Field
வானம்—Sky   வாணம்—Cracker
குரை—To bark   குறை—Grievance
இரத்தல்—To beg   இறத்தல்—To die
நீலம்—Blue   நீளம்—Length
கோலம்—Decoration   கோளம்—Sphere

II. Some Rhyming Words and their Meanings:

a)
1. அன்று—That day
2. இன்று—Today
3. என்று—When?
4. நன்று—Good
5. கன்று—Calf
6. ஒன்று—One
7. குன்று—Hill
8. சான்று—Example
9. மூன்று—Three

b)
1. வண்டு—Beetle
2. நண்டு—Crab
3. உண்டு—Yes
4. துண்டு—Piece
5. தண்டு—Stem
6. தொண்டு—Service
7. மண்டு—Idiot
8. குண்டு—Bomb

170

c)
1. ஆடு—Goat
2. நாடு—Country
3. காடு—Jungle
4. வீடு—House
5. மாடு—Cow, Ox etc.
6. ஓடு—Tile
7. கேடு—Misery
8. கோடு—Line

d)
1. ஒருமை—Singular
2. இருமை—Dual
3. எருமை—Buffalo
4. அருமை—Rare
5. சிறுமை—Smallness
6. பெருமை—Greatness
7. கருமை—Black
8. வறுமை—Poverty

e)
1. அங்கு—There
2. இங்கு—Here
3. எங்கு—Where
4. சங்கு—Shank (shell)
5. பங்கு—Share
6. நுங்கு—Palm fruit

f)
1. நகை—Jewel
2. பகை—Enmity
3. வகை—Variety
4. மிகை—Exaggeration
5. புகை—Smoke
6. குகை—Cave
7. தொகை— Amount
8. கூகை—Owl

g)
1. கடை—Shop
2. வடை—Vada
3. சடை—Hair locks
4. படை—Army
5. நடை—Walk
6. தடை—Hinderance
7. எடை—Weight
8. கொடை—Donation
9. ஓடை—Stream
10. கோடை—Summer
11. வாடை—Smell
12. ஆடை—Clothing
13. தாடை—Jaw
14. குடை—Umbrella

h)
1. அட்டை—Card
2. சட்டை—Shirt
3. முட்டை—Egg
4. மூட்டை—Bundle
5. குட்டை—Pond, Short
6. கட்டை—Log
7. நெட்டை—Tall
8. சாட்டை—Whip

171

9. வேட்டை—Hunt
10. கோட்டை—Fort
11. ஓட்டை—Hole
12. கொட்டை—Seed
13. மொட்டை—Shaven head

i) 1. காகம்—Crow
2. நாகம்—Cobra
3. தாகம்—Thirst
4. பாகம்—Part
5. ராகம்—Tune
6. வேகம்—Speed
7. தேகம்—Body
8. மேகம்—Cloud
9. மோகம்—Lust
10. நகம்—Nail
11. அகம்—Mind
12. முகம்—Face
13. சுகம்—Well being

j) 1. பயிர்—Crop
2. மயிர்—Hair
3. தயிர்—Curds

k) 1. காய்—Vegetables
2. நாய்—Dog
3. பாய்—Mat
4. வாய்—Mouth
5. தாய்—Mother
6. சேய்—Child

l) 1. மூக்கு—Nose
2. நாக்கு—Tongue
3. பாக்கு—Arecanut
4. சாக்கு—Sack
5. வாக்கு—Saying
6. தாக்கு—Attack

m) 1. கட்டி—Boil
2. சட்டி—Earthen vessel
3. தட்டி—Screen
4. மட்டி—idiot
5. குட்டி—Young one
6. புட்டி—Bottle
7. வட்டி—Interest
8. தொட்டி—Tank
9. பாட்டி—Grandma
10. பேட்டி—Interview
11. போட்டி—Competition
12. தோட்டி—Sweeper
13. ஈட்டி—Spear
14. பெட்டி—Box

III. Some roots of verbs:

1. அடி—To bear
2. படி—To read
3. நடி—To act
4. முடி—To finish
5. ஆடு—To dance
6. பார்—To sing
7. வாடு—To suffer
8. பாடு—To see
9. காண்—To look
10. மூடு—To close
11. திற—To open
12. ஓடு—To run
13. நட—To walk
14. நில்—To stop
15. கொடு—To give
16. எடு—To take
17. தடு—To obstruct
18. நடு—To plant
19. விடு—To abandon
20. வா—To come
21. போ—To go
22. உண்—To eat
23. செல்—To go
24. குடி—To drink
25. மோது—To dash
26. ஏசு—To abuse
27. பேசு—To talk
28 சொல்—To say
29. கேள்—To hear, To ask
30. செய்—To do
31. தை—To stitch
32. வை—To put
33. கொல்—To kill
34. அழி—To destroy
35. ஆக்கு—To create
36. எழு—To get up
37. விழு—To fall
38. கழுவு—To wash
39. குளி—To take bath
40. குனி—To bow
41. நினை—To think
42. நனை—To soak
43. மற—To forget
44. தூங்கு—To sleep
45. வாங்கு—To buy
46. தாங்கு—To tolerate
47. ஏங்கு—To long
48. தங்கு—To stay
49. தேடு—To search
50. தொலை—To lose
51. வளர்—To bring up
52. தளர்—To get tired
53. சிரி—To laugh
54. அழு—To weep
55. ஏறு—To climb up
56. இறங்கு—To climb down

57.	வெட்டு—To cut	58.	பிடி—To catch
59.	எறி—To throw	60.	எரி—To burn

IV. Some sentences using the above verbal roots (order):

1.	அவனை அடி	Beat him.
2.	பாடம் படி	Read the lesson.
3.	நாடகம் நடி	Act the play.
4.	செயல் முடி	Finish the work.
5.	மேடையில் ஆடு	Dance on the stage.
6.	பாட்டுப் பாடு	Sing a song.
7.	தாகத்தால் வாடு	Suffer from thirst.
8.	அங்கே பார்	See there.
9.	இங்கே காண்	Look here.
10.	கதவை மூடு	Close the door.
11.	ஜன்னலைத் திற	Open the window.
12.	வேகமாக ஓடு	Run fast.
13.	மெள்ள நட	Walk slow.
14.	அங்கேயே நில்	Stand there itself.
15.	என்னிடம் கொடு	Give me.
16.	புத்தகம் எடு	Take the book.
17.	தண்ணீரைத் தடு	Obstruct the water.
18.	மரம் நடு	Plant a tree.
19.	அவனை விடு	Leave him.
20.	உள்ளே வா	Come in.
21.	வெளியே போ	Go out. (get out)
22.	உணவு உண்	Eat food.
23.	வீடு செல்	Go home.

24. தண்ணீர் குடி Drink water.
25. சுவரில் மோது Dash on a wall.
26. அவனை ஏசு Abuse him.
27. உண்மையே பேசு Speak the truth.
28. கதை சொல் Tell a story.
29. என்னைக் கேள் Ask me.
30. வேலை செய் Do the work.
31. துணி தை Stitch the cloth.
32. கீழே வை Put it down.
33. கொசுவைக் கொல் Kill the mosquito.
34. காட்டை அழி Destroy the forest.
35. பொம்மை ஆக்கு Create a doll.
36. காலையில் எழு Get up early morning.
37. கீழே விழு Fall down.
38. முகம் கழுவு Wash face.
39. தண்ணீரில் குளி Take bath (with cold water).
40. நுழையும்போது குனி Bow while you enter.
41. கடவுளை நினை Think of God.
42. சட்டையை நனை Soak the shirt.
43. நடந்ததை மற Forget the past.
44. இரவில் தூங்கு Sleep at night.
45. குடை வாங்கு Buy an umbrella.
46. துன்பம் தாங்கு Tolerate the difficulty.
47. அம்மாவை பார்க்க ஏங்கு Long to see mother.
48. ஓட்டலில் தங்கு Stay in hotel.
49. தொலைத்ததைத் தேடு Search what you have lost.
50. பணம் தொலை Lose money.
51. குழந்தை வளர் Bring up the child.

V. Antonyms:

1.	நன்மை	X	தீமை
2.	வரவு	X	செலவு
3.	பெருமை	X	சிறுமை
4.	உண்டு	X	இல்லை
5.	பல	X	சில
6.	நீளம்	X	அகலம்
7.	உயரம்	X	குட்டை
8.	நட்பு	X	பகை
9.	மகிழ்ச்சி	X	துன்பம்
10	சுகம்	X	துக்கம்
11.	இளமை	X	முதுமை
12.	வெற்றி	X	தோல்வி
13.	பிறப்பு	X	இறப்பு
14.	திற	X	மூடு
15.	கனவு	X	நனவு
16.	வீரன்	X	கோழை
17.	அச்சம்	X	துணிவு
18.	சோம்பல்	X	சுறுசுறுப்பு
19.	பகல்	X	இரவு
20.	புகழ்	X	இகழ்
21.	வறுமை	X	வளமை
22.	ஏழை	X	பணக்காரன்
23.	உறக்கம்	X	விழிப்பு
24.	வேகமாக	X	மெதுவாக
25.	நிறைவு	X	குறைவு
26.	இயற்கை	X	செயற்கை

176

27.	மேலே	X	கீழே
28.	உள்ளே	X	வெளியே
29.	அகம்	X	புறம்
30.	உயர்வு	X	தாழ்வு
31.	ஏற்பு	X	மறுப்பு
32.	ஒழுக்கம்	X	இழுக்கம்
33.	செங்கோல்	X	கொடுங்கோல்
34.	வலிமை	X	எளிமை

Read the following Combinations also:

1.	இங்கும் அங்கும்	2.	கொடுக்கல் வாங்கல்
3.	போக்குவரத்து	4.	குறுக்கும் நெடுக்கும்
5.	நல்லது கெட்டது	6.	கிழக்கு மேற்கு
7.	முன்பின்	8.	கூடக்குறைய
9.	ஏறத்தாழ	10.	ஏறி இறங்கி
11.	காலை மாலை	12.	இப்படி அப்படி

VI. Gender:

ஆண்பால் **Masculine**	பெண்பால் **Feminine**
மாணவன்	மாணவி
குறவன்	குறத்தி
நடிகன்	நடிகை
தோழன்	தோழி
எஜமானன்	எஜமானி
வேடன்	வேட்டுவச்சி

177

மருத்துவன்	மருத்துவச்சி
குருடன்	குருடி
சிறுவன்	சிறுமி
அண்ணன்	அண்ணி
அரசன்	அரசி
ஆசிரியர்	ஆசிரியை
இடையன்	இடைச்சி
ஒருவன்	ஒருத்தி
கணவன்	மனைவி
காதலன்	காதலி
கிழவன்	கிழவி
சேவல்	பெட்டை
தம்பி	தங்கை
புதல்வன்	புதல்வி
மகன்	மகள்
வேலைக்காரன்	வேலைக்காரி
தலைவன்	தலைவி
வண்ணான்	வண்ணாத்தி
பால்காரன்	பால்காரி
ஆடவர்	பெண்டிர்
தந்தை	தாய்
இறைவன்	இறைவி

Letter Writing

சாலை வசதி செய்துகொடுக்கக் கோரிக்கை

பெறுநர்,
ஆணையாளர்,
திருப்பூர் நகராட்சி,
திருப்பூர்.

பெருமதிப்பிற்குரியீர் !

பொருள் : சாலை வசதி செய்து கொடுக்கக் கோரிக்கை

அண்ணா குடியிருப்பில் வசிக்கும் மக்களின் சார்பில் இந்த விண்ணப்பத்தை உங்கள் முன் வைக்க விழைகிறேன்.

ஐயா, எங்கள் குடியிருப்பு திருப்பூர்–கோவை சாலையி லிருந்து சுமார் ஒரு கி.மீ. உள்ளடங்கி அமைந்துள்ளது. எங்கள் குடியிருப்பைச் சேர்ந்தவர்கள் பெரும்பாலும் திருப்பூர் நகரில் உள்ள பனியன் உற்பத்திச் சாலைகளில் அல்லது கோவையில் உள்ள நூற்பாலைகளில் பணிபுரிகிறார்கள். மாணவர்கள் பெரும்பாலும் திருப்பூர் நகரில் உள்ள பள்ளிகளில் பயின்று வருகிறார்கள்.

எங்கள் குடியிருப்பையும் பிரதானச் சாலையையும் இணைக்கும் சாலை மேடுபள்ளங்களோடும், குண்டும்

179

குழியுமாக இருக்கிறது. சுமார் இரண்டு ஆண்டுகளுக்கு முன்னால் போடப்பட்ட செம்மண் சாலை இரண்டு ஆண்டுகளில் பெய்த மழையின் காரணமாக சாலை மிகவும் சேதமடைந்து விட்டது. கிராம மக்கள் நடந்து செல்லவும் சைக்கிள் போன்ற இரண்டு சக்கர வாகனங்களில் சென்று வரவும் மிகவும் சிரமமாக இருக்கிறது. எனவே தாங்கள் தயை கூர்ந்து எங்கள் குடியிருப்புக்கான மண்சாலையை தார் சாலையாக மாற்றித்தந்து, உதவி செய்யுமாறு பணிவன்புடன் வேண்டிக்கேட்டுக்கொள்கிறோம்.

தங்களன்புள்ள,

(அண்ணா குடியிருப்பு வாசிகளின் சார்பில்)

....

சுயதொழில் துவங்க நிதியுதவி கோரும் விண்ணப்பம்

8-8-2004

அனுப்புநர்
ந. முத்துச்சாமி
22, பெரியார் வீதி
திருமங்கலம் அஞ்சல்
மதுரை - 8

பெறுநர்
இயக்குநர்,
சிறுதொழில் வளர்ச்சிக் கழகம்,
மதுரை - 600 002.

பெருமதிப்பிற்குரியீர்!

பொருள் : அச்சகம் தொடங்க நிதி உதவி கோருதல்

நான் பட்டப்படிப்பை முடித்த பிறகு அரசின் அச்சுத் தொழிற்கூடத்தில் இரண்டாண்டுகள் தொழிற்கல்வி பெற்று தேர்ச்சி பெற்றிருக்கிறேன். அதற்கான சான்றிதழ்களின் நகல்களை தங்கள் பார்வைக்கு இணைத்துள்ளேன். நான் வேலைக்கு பல இடங்களில் முயற்சித்தும் இதுவரை வேலை கிடைக்கவில்லை. நான் கற்ற கல்லூரிப்படிப்பும் தொழிற் கல்வியும் பயனற்றதாகப் போய்க்கொண்டிருக்கிறது.

எங்கள் ஊரான திருமங்கலத்திலிருந்து சுமார் பத்து கிலோமீட்டர் தொலைவு வரை அச்சகம் எதுவும் இல்லை. எங்கள் சுற்றுவட்டாரத்தில் உள்ள சுமார் இருபத்தைந் கிராமத்தினரும் அவர்களின் தேவைகளுக்காக மதுரைக்குச் செல்ல வேண்டிய நிலையில் இருக்கிறார்கள். எனவே, எங்கள் ஊரிலேயே அச்சகம் துவக்கினால் என்னைப்போன்ற இளைஞர்களுக்கு வேலைவாய்ப்பும் கிடைக்கும். பகுதிவாழ் மக்களுக்கும் உதவியாக இருக்கும்.

இத்தொழிலில் நான் முப்பதாயிரம் ரூபாய் முதலீடு செய்ய இருக்கிறேன். இத்தொழிலுக்கு மேலும் ரூபாய் ஐம்பதாயிரம் தேவைப்படுகிறது. அச்சக இயந்திரங்கள், சாதனங்கள் தொடர்பான அனைத்து ஆவணங்களின் நகலையும் தங்கள் பார்வைக்கு இணைத்துள்ளேன். அருள் கூர்ந்து ரூபாய் ஐம்பதாயிரம் நிதி உதவி அளித்து, சுயதொழில் தொடங்க உதவுமாறு பணிவுடன் வேண்டிக் கொள்கிறேன்.

இங்ஙனம்

தங்கள் உண்மையுள்ள

....

நகராட்சிக்கு முறையீட்டுக் கடிதம்

இராமசாமி   15, திருவள்ளுவர் நகர்
                                                                       தஞ்சாவூர்

ஐயா,

வணக்கம். நாங்கள் வசித்துவரும் கீழவீதியில் உள்ள குழாய்களில் தண்ணீர் வராமையால் பொதுமக்கள் பெரிதும் துன்பத்துக்கு ஆளாகிறார்கள். மேலும், இப்பகுதியில் பொதுக் கழிப்பறை வசதிகளும் இல்லை. வீதிகள் துப்புரவாக இல்லாமையாலும், ஆங்காங்கே கழிவுகள் தேங்கிக் கிடப்பதாலும் வியாதிகள் பரவுகின்றன. நகராட்சிப் பணியாளர்களும் நாள்தோறும் வீதிகளை துப்புரவு செய்வதில்லை.

எனவே தாங்கள் மேற்கூறியவற்றை நினைவில் கருத்தில் கொண்டு, குழாய்களில் முறையாக நீர் வருவதற்கும், கழிப்பறைகள் கட்டவும், வீதிகளை நாள்தோறும் துப்புரவு செய்வதற்கும் வேண்டிய ஏற்பாடுகளைச் செய்து எங்களுக்கு உதவுமாறு அன்புடன் வேண்டுகிறேன்.

இங்ஙனம்

தங்கள் உண்மையுள்ள

....

பெறுநர்
நகராட்சி ஆணையர்
தஞ்சை நகராட்சி
தஞ்சை

தந்தைக்கு மகன் எழுதும் கடிதம்

10, கம்பன் வீதி
இராயப்பேட்டை
சென்னை - 14

பேரன்புள்ள அப்பா அவர்களுக்கு,

தங்கள் அன்புமகன் வணக்கம் கூறி வரையும் மடல்.

இங்கு நானும் என் நண்பர்கள் அனைவரும் நலம். அங்கு அம்மா, தம்பி, தங்கைகள் நலனறிய ஆவல்.

காலாண்டுத் தேர்வு விடுமுறையில் எங்கள் பள்ளி மாணவர்களை மைசூருக்கு சுற்றுலா அழைத்துச் செல்வதாக இருக்கிறார்கள். நானும் அவர்களுடன் சென்று பயனடைய விரும்புகிறேன். ஆகவே, தாங்கள் பள்ளி முதல்வரின் முகவரிக்கு ஒரு ஒப்புதல் கடிதத்தையும், சுற்றுலாச் செலவுக்காக ரூபாய் ஐநூறும் அனுப்பி வைக்குமாறு அன்புடன் கேட்டுக்கொள்கிறேன்.

இப்படிக்கு

தங்கள் அன்புள்ள மகன்

இளங்கோ

திரு. இரா கணேசன்
32, சத் நகர்
கரோல் பாக்
புதுதில்லி - 110005.

Readwell's Widely Read Books

LANGUAGE SERIES

RW-1   Learn English through Hindi

RW-2   Learn Hindi through English

RW-3   Learn Marathi through English

RW-4   Learn Gujarati through English

RW-5   Learn Tamil through English

RW-6   Learn Bengali through English

RW-7   Learn Assamese through English

RW-8   Learn Oriya through English

RW-9   Learn Telugu through English

RW-10   Learn Malayalam through English

RW-11   Learn Urdu through English

RW-12   Learn Kannada through English

RW-13   Learn Punjabi through English

RW-14   Learn French through English/Hindi

RW-15   Learn Arabic through English/Hindi

RW-16   Learn German through English/Hindi

RW-17   Learn Spanish through English

RW-18   Learn Nepali through English

RW-19   Learn Russian through English

RW-20   Learn Italian through English

RW-21   Learn Japanese through English

RW-22   Arabic for Beginners

DICTIONARIES

RW-23   Hindi-English

RW-24   English-Tamil

RW-25   English-Malayalam

RW-26   English-Telugu

RW-27   Marathi-English (Two-colour)

RW-28   English-Hindi (Pocket) (Two-colour)

RW-29   English-Bengali (Pocket) (Two-colour)

RW-30   English-Gujarati (Pocket) (Two-colour)

RW-31   English-English

FORMULAS

• Maths • Physics • Chemistry • Science • Biology

READWELL PUBLICATIONS

B-8, Rattan Jyoti, 18, Rajendra Place
New Delhi-110 008 (INDIA)
Phone : 5737448, 5712649, 5721761; Fax : 91-11-5812385
E-mail : readwell@sify.com
newlight@vsnl.net

BOOKS FOR EVERYONE

ENGLISH IMPROVEMENT

N-128 Grammar & Composition
N-241 General English
N-249 20 Days to English Vocabulary
N-273 Better English
N-280 How to Write Effective English
N-330 Words often Confused
N-336 Spoken English
N-338 A to Z Quotations
N-339 A to Z Idioms and Phrases
N-340 A to Z Proverbs
N-341 A to Z Synonyms and Antonyms
N-351 Basic English Grammar for Schools
N-355 Correct English Usage
N-354 Dictionary of Idioms and Phrases
N-362 Dictionary of Quotations
N-363 Instant Vocabulary Builder
N-376 Dictionary of Synonyms & Antonyms

ESSAY WRITING

N-343 School Essays, Letters and Paragraphs
N-361 School Essays, Letters (For Juniors)
N-344 136 Essays for College and Competitive Exams

N-365 Advanced Essays for College and Competitive Exams

LETTER WRITING

N-2   Applications for Better Jobs
N-3   Business Letters
N-6   Selected Letters
N-10   Love Letters
N-45   Top Every Day Letters
N-79   1111 Letters for All Occasions
N-274 How to Write Better Letters
N-317 Perfect Letter Writer
N-327 Model Business Letters
N-331 Dynamic Letters
N-332 Superb Business Letters

QUIZ BOOKS

N-345 G.K. Quiz
N-346 India Quiz
N-347 Sports Quiz
N-348 Geography Quiz
N-353 Science Quiz
N-357 Computer Quiz
N-370 The World Firsts

G.K., CURRENT AFFAIRS & I.Q.

N-26   G.K. & Current Affairs
N-377 Handbook of G.K.
N-77   Encyclopaedia of G.K.
N-304 General Intelligence for Students
N-334 सामान्य ज्ञान

NEW LIGHT PUBLISHERS

B-8, Rattan Jyoti, 18, Rajendra Place,
New Delhi-110 008 (INDIA)
Phone : 5737448, 5712649; Fax : 91-11-5812385
E-mail : newlight@vsnl.net

NOTES :

NOTES :

NOTES :

NOTES :

NOTES :

_____

_____

_____

_____

_____

_____

_____

_____

_____

_____

_____

_____

_____

_____

_____

_____

_____

_____

_____

_____